యుద్ధ కళ

Telugu translation of the International bestseller
The Art of War

Reprint 2021

FiNGERPRINT! **TELUGU**
An imprint of Prakash Books India Pvt. Ltd.

113/A, Darya Ganj,
New Delhi-110 002
Tel: (011) 2324 7062–65, Fax: (011) 2324 6975
Email: info@prakashbooks.com/sales@prakashbooks.com

Telugu translation done in association with Mysticswrite Private Limited

facebook www.facebook.com/fingerprintpublishing
twitter www.twitter.com/FingerprintP
www.fingerprintpublishing.com

ISBN: 978 81 9489 880 1

Processed & printed in India

యుద్ధ కళ

Telugu translation of the International bestseller
The Art of War

సన్ ట్జు

తెలుగు అనువాదం:
రఘురామ్

FiNGERPRINT!

సన్ ట్జు పురాతన చైనాకు చెందిన సైనిక జనరల్ మరియు వ్యూహనిపుణుడు. తూర్పు ఆసియాలోని చరిత్రకారుల్లో చాలా ముఖ్యమైనవారు. ఆయన క్రీ.పూ.544-496 మధ్య జీవించి ఉంటారని సంప్రదాయ చరిత్రకారులు భావిస్తారు. పుట్టినప్పుడు సన్ ట్జు పేరు సన్ వు; ఆ పేరు చాలా గౌరవప్రదమైనది. దాని అర్థం ''బాల సూర్యుడు.'' ఆయన *రాసిన ద ఆర్ట్ ఆఫ్ వార్* (యుద్ధ కళ) పుస్తకం కాలాతీతంగా ప్రసిద్ధి చెందిన ది, తూర్పుదేశాల సాహిత్యంలో పేరెన్నిక గన్నది.

నెపోలియన్, మావో జెడాంగ్, ఫిడెల్ కాస్ట్రో, జోసెఫ్ స్టాలిన్, జనరల్ డగ్లస్ మ్యాక్ ఆర్థర్ లాంటి పలువురు యోధులు లెక్కలేనన్ని యుద్ధాలలో రచించిన వ్యూహాలు, సైనిక ఎత్తుగడలు, రణనీతి. వీటన్నింటి సమాహారంగా ఉండే ప్రామాణిక గ్రంథం. చైనా చక్రవర్తులు, పాలకులు కూడా వివిధ కాలాల్లో యుద్ధ సమయాల్లో మార్గదర్శకత్వం కోసం ఈ పుస్తకాన్నే చూసేవారు. అప్పటి నుంచి ఇప్పటివరకు సైనిక శాస్త్రంపై మరే పుస్తకానికీ దీనికి వచ్చినంతటి పేరు ప్రఖ్యాతులు రాలేదు. ఈ పుస్తకాన్ని ఇప్పటికే ప్రపంచవ్యాప్తంగా పలు భాషల్లోకి అనువదించి లక్షలాది కాపీలను పలు దేశాలలో విక్రయించారు.

పదమూడు అధ్యాయాలుగా విభజించి, పలు అంశాలుగా రాసిన ఈ పుస్తకంలో యుద్ధానికి సంబంధించిన విషయాలన్నింటినీ స్పృశించారు. సైనిక వ్యూహాల్లో ఎవరిని ఎక్కడ ఉంచడం ముఖ్యమన్న విషయం నుంచి గూఢచారుల ఉపయోగం, బలగాలకు చికిత్స, ఓటమిని అంగీకరించే పద్ధతులు. ఇలా చాలా ఉన్నాయి. వాటితో పాటు దౌత్యనీతి, ఇతర రాష్ట్రాలతో సంబంధాలు నెరపడం, యుద్ధంలో తగాదాల నివారణ కూడా ఉన్నాయి.

25 శతాబ్దాల క్రితం ఈ పుస్తకం రాసినా, అందులోని అంశాలన్నీ నేటికీ పనికొస్తాయి. కేవలం యుద్ధాలకే కాదు, పోటీ ఎక్కువగా ఉన్న ఏ రంగానికైనా ఈ సూచనలను అమలుచేయొచ్చు. ఉదాహరణకు ప్రపంచవ్యాప్తంగా ఉన్న వ్యాపారవేత్తలు పోటీదారులను గెలిచేందుకు సన్ ట్జు వ్యూహాలు అవలంబిస్తారు.

నిజానికి, ఆధునిక పెట్టుబడిదారీ మార్కెట్లలో గెలిచేందుకు ఆయన సిద్ధాంతాలను ఎలా అమలుచేయచ్చన్న దానిపై సన్ ట్జు అనుయాయులు పలు పుస్తకాలు కూడా రాశారు. ఈయన సిద్ధాంతాల పట్ల ఆకర్షితులైనవారిలో మేధావులు, చరిత్రకారులు, సంప్రదాయవాదులే కాదు, ఆసియా. ముఖ్యంగా చైనా చరిత్ర, సంస్కృతిపై ఆసక్తిగల అందరూ ఉన్నారు.

1

ప్రణాళికా రచన

1. సన్ ట్జు ఇలా చెప్పారు: రాజ్యానికి యుద్ధ కళ చాలా ప్రధానమైనది.

2. అది చావు బతుకుల సమస్య, సురక్షితంగా ఉండేందుకు లేదా సర్వనాశనం అయ్యేందుకు అదే మార్గం. ఇది విచారణకు సంబంధించిన అంశం కాబట్టి ఎట్టి పరిస్థితుల్లోనూ దీన్ని నిర్లక్ష్యం చేయకూడదు.

3. యుద్ధకళలో ప్రధానంగా ఐదు స్థిర అంశాలుంటాయి. ఎవరైనా నిర్ణయాలు తీసుకునేముందు, క్షేత్రస్థాయిలో ఉన్న పరిస్థితులను అంచనా వేసేటపుడు వీటిని పరిగణనలోకి తీసుకోవాలి.

4. అవి:

(1) నైతిక సూత్రం;

(2) స్వర్గం;

(3) భూమి;

(4) సైన్యాధిపతి;

(5) పద్ధతి మరియు క్రమశిక్షణ.

5&6. నైతిక సూత్రం వల్ల ప్రజలు తమ పాలకుడి పట్ల పూర్తి నిబద్ధతతో ఉంటారు, తమ ప్రాణాలను లెక్కచేయకుండా, ఎలాంటి ప్రమాదం ఉన్నా భయపడకుండా అతడిని అనుసరిస్తారు.

7. పగలు, రాత్రి, చలి, వేడి, కాలాలు. వీటన్నింటినీ స్వర్గం నిర్ణయిస్తుంది.

8. దూరాలు, చిన్న – గొప్ప, ప్రమాదం – భద్రత, బహిరంగ స్థలాలు – ఇరుకాటి సందులు; జనన మరణాల అవకాశాలు. ఇవన్నీ భూమ్మీదే ఉంటాయి.

9. సైన్యాధిపతి తెలివితేటలు, నిజాయతీ, దయాగుణం, ధైర్యం, కాఠిన్యం. ఇలాంటి లక్షణాలన్నీ కలిగి ఉంటాడు.

10. క్రమశిక్షణ మరియు పద్ధతి ద్వారానే సైన్యాన్ని విభాగాలవారీగా ఎలా మోహరించాలో తెలుసుకోవాలి. వివిధ అధికారులు, వారి హోదాలు, సైన్యానికి కావల్సిన నిత్యావసరాలు, ఆయుధాలను చేరవేయడానికి రహదారులు, సైనిక వ్యయ నియంత్రణ. వీటన్నింటినీ తెలుసుకోవాలి.

11. ఈ ఐదు అంశాలు ప్రతి సైన్యాధ్యక్షుడికి బాగా తెలిసి ఉండాలి: ఇవి తెలిసిన వారు సులభంగా గెలుస్తారు; వీటిని అర్థం చేసుకుంటే విఫలం కానే కారు.

12. కాబట్టి, సైనిక పరిస్థితులను నిర్ణయించాలని అనుకున్నప్పుడు మీ చర్చలలో ఒక పోలిక ఆధారంగా ఈ పద్ధతిలో చేయండి:-

13. (1) నైతిక చట్టానికి ఏ ఇద్దరు చక్రవర్తులు కట్టుబడి ఉంటారు?
(2) ఏ ఇద్దరు సైన్యాధిపతులకు ఎక్కువ సామర్థ్యం ఉంటుంది?
(3) స్వర్గం, భూమి నుంచి స్వీకరించిన సానుకూలతలు ఎవరికి ఎక్కువ ఉంటాయి?
(4) ఎటువైపు క్రమశిక్షణ ఎక్కువగా అమలవుతుంది?
(5) ఏ సైన్యం బాగా బలమైనది?
(6) ఎటువైపు సైన్యాధికారులు, సైన్యం బాగా శిక్షణ పొంది ఉంటారు?
(7) ఇటు శిక్షలలోను, అటు బహుమతుల్లోను ఏ సైన్యంలో ఎక్కువ నిలకడ ఉంటుంది?

14. ఈ ఏడు అంశాల ఆధారంగా విజయమా. పరాజయమా అన్నది ముందే ఊహించగలను.

15. నేను చెప్పిన విషయాలను ఆలకించి, అమలుచేసే సైన్యాధిపతి గెలుస్తాడు: అలాంటివాళ్లనే సైన్యంలో ఉంచుదాం! నేను చెప్పిన విషయాలను ఆలకించని, అమలుచేయని సైన్యాధిపతి ఓడిపోతాడు:- అలాంటివాళ్లను తీసిపారేయండి!

16. నేను చెప్పిన అంశాల్లోని లాభాలు తీసుకునేటపుడు, సాధారణ నియమాలకు భిన్నమైన పరిస్థితులు ఏవైనా సానుకూలంగా ఉంటే, వాటిని కూడా ఉపయోగించుకోండి.

17. పరిస్థితులు సానుకూలంగా ఉన్నప్పుడు, మీ ప్రణాళికలను సరిచేసుకోవాలి.

18. యుద్ధం అనేది అంతా మోసం మీదే ఆధారపడుతుంది.

19. అందువల్ల, దాడి చేయగలిగినపుడు మనకు ఆ సామర్థ్యం లేనట్లు కనిపించాలి; మన దళాలను ఉపయోగించేటపుడు కూడా, మనం నిష్క్రియగా ఉన్నట్లుండాలి; మనం దగ్గరగానే ఉన్నా, శత్రువును మాత్రం చాలా దూరంగా ఉన్నట్లు నమ్మించాలి; దూరంగా ఉన్నప్పుడు, దగ్గరగా ఉన్నామేమో అనుకోవాలి.

20. శత్రువును ఊరించడానికి ఎరలు సిద్ధంగా ఉంచుకోవాలి. కపటోపాయంతో బోల్తాకొట్టించి, వాళ్లను నలిపేయాలి.

21. అతడు అన్నిచోట్లా సురక్షితంగానే ఉంటే, ఎదుర్కోడానికి సిద్ధంగా ఉండండి. అతడి శక్తి చాలా ఎక్కువగా ఉంటే, అతడి నుంచి తప్పించుకోండి.

22. మీ శత్రువుకు త్వరగా కోపం వచ్చేటట్లయితే, అతడిని రెచ్చగొట్టండి. బలహీనంగా ఉన్నట్లు నటించండి, అప్పుడు అతడికి గర్వం పెరుగుతుంది.

23. అతడు విరామంగా ఉంటే, అసలు విశ్రాంతి ఇవ్వద్దు. అతడి సైన్యం ఐకమత్యంగా ఉంటే వాళ్లను విడగొట్టండి.

24. అతడు సిద్ధంగా లేనప్పుడు దాడి చేయండి, మీరు వస్తారని ఊహించని చోట కనిపించండి.

25. మీ దగ్గర ఉన్న ఆయుధాలు విజయాన్నిచ్చేవైతే వాటిని బయటపెట్టద్దు.

26. యుద్ధంలో గెలిచే సైన్యాధ్యక్షుడు నిజానికి లెక్కలన్నీ తన బుర్రలోనే వేసుకుని, అక్కడే యుద్ధం చేస్తాడు. అదే ఓడిపోయే సైన్యాధ్యక్షుడైతే గెలవడానికి చాలా ఎక్కువ లెక్కలు వేసుకుని, ఓడించడానికి తక్కువ వేసుకుంటాడు; నిజానికి చెప్పాలంటే అసలు లెక్కలే ఉండవు!! ఈ అంశాన్ని బట్టే ఎవరు గెలుస్తారు, ఎవరు ఓడుతారన్నది ముందుగానే చెప్పగలను.

2

యుద్ధ ప్రకటన

1. సన్ ట్జు ఇలా చెప్పారు: యుద్ధక్షేత్రంలో వెయ్యి వేగంగా వెళ్లే రథాలు, అదే సంఖ్యలో భారీ రథాలు, లక్ష మంది వరకు కవచాలు వేసుకున్న సైనికులు వాళ్లను వెయ్యి *లీ** వరకు తీసుకెళ్లడానికి సరిపడ సదుపాయాలు, రాజ్యంలోను, యుద్ధక్షేత్రంలోను అయ్యే ఖర్చులు, అతిథులకు రాచమర్యాదలు, జిగురు, పెయింటు లాంటి చిన్న వస్తువులు, రథాలు, ఆయుధాలకు అయ్యే ఖర్చు ఇవన్నీ కలిసి రోజుకు వెయ్యి ఔన్సుల వెండి అవుతుంది. లక్షమందితో కూడిన సైన్యానికి ఇంత ఖర్చు ఉంటుంది.

2. వాస్తవ పోరాటంలోకి వెళ్లినపుడు, విజయం సుదూరంగా ఉంటే సైనికుల ఆయుధాలు మొండిబారుతాయి, వాళ్ల ఉత్సాహం నీరుగారుతుంది. మీరు ఒక నగరాన్ని స్వాధీనం చేసుకోవడంపైనే దృష్టిపెడితే, మీ బలమంతా అక్కడే ఆవిరవుతుంది.

3. ప్రచారం ఎక్కువ కాలం పాటు సాగితే, రాజ్యంలో ఉన్న వనరులు కూడా సరిపోవు.

4. ఇప్పుడు మీ ఆయుధాలు మొండిబారి, ఉత్సాహం నీరుగారి, మీ బలం ఆవిరైపోయి, ఖజానా ఖాళీ అయితే ఇతర సేనాపతులు మీ లోపాలను అవకాశంగా తీసుకుంటారు. అప్పుడు ఎంత తెలివైనవాళ్లయినా కూడా రాబోయే పరిణామాలను ఆపగలిగే పరిస్థితి ఉండదు.

5. యుద్ధంలో తొందరపాటు గురించి మనం విన్నా, ఎక్కువ ఆలస్యాలకు, తెలివితేటలకు మాత్రం సంబంధం ఉండదు.

6. సుదీర్ఘమైన యుద్ధాల వల్ల ఒక దేశానికి ప్రయోజనం కలిగినట్లు మాత్రం ఎక్కడా ఉదాహరణలు లేవు.

---

* ఒక లి అంటే అర కిలోమీటరు దూరానికి సమానం

7. యుద్ధాన్ని లాభదాయకంగా కొనసాగించడం ఎలాగో తెలిసిన వాళ్లకు మాత్రమే దానివల్ల కలిగే దుష్ప్రభావాలు కూడా తెలుస్తాయి.

8. నిపుణుడైన సైనికుడు రెండోసారి పన్ను వేయడు. అతడి సరఫరా వాహనాలను కూడా రెండుసార్లు కంటే ఎక్కువగా నింపడు.

9. యుద్ధానికి సంబంధించిన సామాగ్రిని మీ ఇంటినుంచే తెచ్చుకోండి, కానీ శత్రువును కూడా కొల్లగొట్టండి. తద్వారా సైన్యానికి దాని అవసరాలకు సరిపడ ఆహారం లభిస్తుంది.

10. దేశ ఖజానా ఖాళీ అవడం వల్ల సైన్యానికి దూరం నుంచి విరాళాలు అందాల్సి ఉంటుంది. ఇలా చేయడం వల్ల దేశ ప్రజలు పేదరికంలో మగ్గిపోతారు.

11. మరోవైపు, సైన్యం దగ్గరగా ఉండటం వల్ల ధరలు పెరుగుతాయి; ధరలు ఎక్కువైనపుడు ప్రజల వద్ద ఉన్న వనరులు ఖాళీ అయిపోతాయి.

12. వనరులు ఖాళీ అయిపోయినపుడు రైతులు భారీ దోపిడీల బారిన పడతారు.

13&14.

వనరులు ఖాళీ అయిపోవడంతో పాటు బలం ఆవిరైపోయినపుడు, ప్రజల ఇళ్లు ఖాళీ అయిపోతాయి, వాళ్ల ఆదాయంలో 3/10 వంతు చెదిరిపోతుంది; విరిగిపోయిన రథాలకు, గాయపడిన గుర్రాలకు, కవచాలు, శిరస్త్రాణాలు, బాణాలు, విల్లులు, కత్తి, డాలు, రక్షణ పరికరాలు, డొక్కలు ఎండిన ఎద్దులు, భారీ సరుకు వాహనాలు. వీటన్నింటినీ సరిచేసుకోడానికి దేశం మొత్తం ఆదాయంలో 4/10వ వంతు ఖర్చవుతుంది.

15. అందువల్ల తెలివైన సైన్యాధిపతి శత్రువు ఆస్తులను కొల్లగొడతాడు. శత్రువుకు చెందిన ఒక బండి సరుకులు మన వద్ద ఉన్న 20 బళ్ల సరుకులకు సమానం. అలాగే శత్రువు వద్ద నుంచి లాక్కున్న ఒక *పికల్** మన సొంత సరుకుల్లోని 20 *పికల్స్* కు సమానం అవుతుంది.

16. ఇపుడు శత్రువును చంపాలంటే మన సైనికులు ఆగ్రహానికి గురవ్వాలి; అలా శత్రువును ఓడించినపుడు వారికి బహుమతులు ప్రకటించాలి. దానివల్ల వాళ్లకు స్ఫూర్తి వస్తుంది.

17. ఎక్కువ రథాలను ఆక్రమించినప్పుడు మొదటి రథాన్ని చేపట్టిన వారిని శత్రువు యొక్క పతాకాలకు బదులుగా మన పతాకాలను పెట్టాలి. మన రథాలతో పాటు వాటిని ఉపయోగించాలి. మనం బందీలుగా పట్టుకున్న సైనికులతో దయతో వ్యవహరించాలి.

18. మన సొంత బలాన్ని పెంచుకోడానికి శత్రువును జయించడం అని ఈ వ్యూహాన్ని అంటాము.

19. యుద్ధంలో మీ అతిపెద్ద లక్ష్యం విజయమే కావాలి తప్ప సుదీర్ఘ ప్రచారాలు కాదు.

20. సైన్యాల నాయకుడు ప్రజల తలరాతల మధ్యవర్తి అవుతాడు. దేశం శాంతియుతంగా ఉండాలా లేదా కష్టాల్లో మగ్గిపోవాలా అన్నది అతడిమీదే ఆధారపడుతుంది.

---

* ఒక పికల్ అంటే సుమారుగా 133 పౌండ్లకు సమానం.

3

మాయోపాయంతో దాడి

1. సన్ ట్జు ఇలా చెప్పారు: యుద్ధాన్ని వ్యావహారిక కళగా చూసేటపుడు, అందులో అత్యుత్తమమైన విషయం శత్రుదేశాన్ని మొత్తం, యథాతథంగా తీసుకోవడం; దాన్ని ధ్వంసం చేయడం, నాశనం చేయడం అంత మంచిది కాదు. అందువల్ల, ఏదైనా సైన్యాన్ని హతమార్చడం, దాన్ని ధ్వంసం చేయడం కంటే మొత్తాన్ని బందీగా చేయడం, ఒక పటాలం మొత్తాన్ని స్వాధీనం చేసుకోవడం అనేది వారిని నాశనం చేయడం కంటే ఎప్పుడూ మంచిది.

2. అందువల్ల అన్ని సందర్భాల్లోనూ యుద్ధం చేసి విజయం సాధించడం మాత్రమే అద్భుతమైన గెలుపు కాదు; పోరాడకుండానే శత్రువును జయించడం అద్భుతమైన గెలుపు అవుతుంది.

3. శత్రువుల వ్యూహాలను ఛేదించడం సైన్యాధిపతి అత్యున్నత లక్షణం; శత్రువుల దళాలు అన్నీ ఒకచోట కలవకుండా నిరోధించడం ఆ తర్వాతిది; రణరంగంలో శత్రుసైన్యం మీద దాడి చేయడం ఆ తర్వాత వస్తుంది; చుట్టూ గోడలతో ఉన్న నగరాన్ని చుట్టుముట్టడం అన్నింటికంటే ఘోరమైన వ్యూహం.

4. ఏమాత్రం అవకాశం ఉన్నా, చుట్టూ గోడలతో ఉన్న నగరాన్ని చుట్టుముట్టకూడదన్నది నిబంధన. దుప్పట్లు, తీసుకుపోగల డేరాలు, యుద్ధ పరికరాలు. వీటన్నింటినీ సిద్ధం చేసుకోడానికి దాదాపు మూడు నెలలు పూర్తిగా పడుతుంది; గోడల మీద మట్టిదిబ్బలు పేర్చడానికి మరో మూడు నెలలు పడుతుంది.

5. తన ఆగ్రహాన్ని నియంత్రించుకోలేని సైన్యాధ్యక్షుడు, తన దళాలను చీమల దండులా మోహరిస్తాడు. దానివల్ల అతడి సైన్యంలో మూడోవంతు మరణిస్తారు. అప్పటికీ నగరం పట్టుబడదు. నగరాన్ని స్వాధీనం చేసుకోవాలనుకుంటే ఇలాంటి ఫలితాలే వస్తాయి.

6. అందువల్ల నిపుణుడైన నాయకుడు ఎప్పుడూ పోరాడకుండానే శత్రు సైన్యాన్ని అణచివేస్తాడు. నగరాల మీద దాడి చేయకుండానే వాటిని స్వాధీనం లోకి తీసుకుంటాడు; రణరంగంలో సుదీర్ఘ యుద్ధాలు చేయకుండానే వాళ్ల సామ్రాజ్యాన్ని కూలదోస్తాడు.

7. తన దళాలను యథాతథంగా ఉంచుకోవడం ద్వారా సామ్రాజ్య ఆధిపత్యాన్ని కూడా సవాలు చేయగలడు. అందువల్ల, ఒక్క సైనికుడిని కూడా కోల్పోకుండానే విజయం సంపూర్ణం అవుతుంది. వ్యూహాల ద్వారా దాడి చేసే పద్ధతి ఇదీ.

8. ఇది యుద్ధంలో నిబంధన. మన దళాలు శత్రుదళాలకు పదిరెట్లు ఉంటే, వాళ్లను చుట్టుముట్టండి; అదే ఐదు రెట్లుంటే వారిపై దాడి చేయండి; రెట్టింపు మాత్రమే ఉంటే మన సైన్యాన్ని రెండుగా విభజించండి.

9. శత్రువులతో మన సైన్యం సరిసమానంగా ఉంటే, యుద్ధం చేయచ్చు; ఒకవేళ కొద్దిగా మనమే తక్కువ ఉంటే, యుద్ధాన్ని నివారించవచ్చు, అసలు ఏమాత్రం సరిపోకుండా ఉంటే మనం అక్కడినుంచి పారిపోవాలి.

10. చిన్న దళాలను ఉపయోగించి మూర్ఖంగా పోరాడవచ్చు గానీ, చివరకు పెద్దదళమే చిన్నవాటిని స్వాధీనం చేసుకుంటుంది.

11. సైన్యాధ్యక్షుడు దేశానికి బురుజు లాంటివాడు; అన్నివైపులా బురుజులు బాగుంటేనే దేశం సురక్షితంగా ఉంటుంది. బురుజు బలహీనంగా ఉంటే దేశం కూడా బలహీనం అవుతుంది.

12. పాలకుడు తన సైన్యానికి దురదృష్టం తీసుకొచ్చే పద్ధతులు మూడు ఉంటాయి:–

13. (1) సైన్యం తన ఆదేశాలు పాటించలేదన్న విషయం తెలిసినా, వారిని ముందుకు వెళ్లమని లేదా వెనక్కి రమ్మని ఆదేశించడం. దీన్నే సైన్యాన్ని కుంటుబరచడం అంటారు.

14. (2) రాజ్యాన్ని పాలించినట్లే సైన్యాన్ని కూడా పాలించేందుకు ప్రయత్నించడం. అందులో సైన్యం ఉండే పరిస్థితులను పట్టించుకోకపోవడం. దీనివల్ల సైనికుల మనసులో ఆందోళన మొదలవుతుంది.

15. (3) తగిన విచక్షణ లేకుండా సైన్యంలో అధికారులను నియమించడం, అందులో సైనిక సిద్ధాంతాలను పట్టించుకోకుండా, పరిస్థితులను గమనించకుండా చేయడం. ఇది సైనికుల ఆత్మవిశ్వాసాన్ని దెబ్బతీస్తుంది.

16. కానీ సైన్యం అవిశ్రాంతంగా, అపనమ్మకంతో ఉన్నప్పుడు ఇతర సామంత రాజుల నుంచి సమస్యలు తప్పకుండా తలెత్తుతాయి. దీనివల్ల సైన్యంలో అరాచకం మొదలై, విజయాన్ని దూరం చేస్తుంది.

17. ఇక విజయానికి తప్పనిసరిగా కావల్సినవి ఐదు అంశాలుంటాయి. అవి:

(1) ఎప్పుడు పోరాడాలో, ఎప్పుడు పోరాడకూడదో తెలిసిన వాడే గెలుస్తాడు.

(2) ధైర్యవంతులైన, ధైర్యం లేని సైనికులను కూడా ఎలా నడిపించాలో తెలిసినవాడు గెలుస్తాడు.

(3) సైన్యం యావత్తు ఒకే రకమైన స్ఫూర్తితో ఉన్న నాయకుడు గెలుస్తాడు.

(4) తాను సిద్ధంగా ఉండి, శత్రువు సిద్ధంగా లేనంతవరకు వేచి ఉండగలిగేవాడు గెలుస్తాడు.

(5) సైనిక సామర్థ్యం ఉండి, పైవాళ్ల జోక్యం లేని సైన్యాధిపతి గెలుస్తాడు.

18. అందువల్ల ఇలా చెబుతారు: మీకు శత్రువు గురించి, మీ గురించి కూడా తెలిస్తే, మీరు వంద యుద్ధాల ఫలితాల గురించి కూడా భయపడాల్సిన అవసరం లేదు. మీకు మీ గురించి తెలిసి, శత్రువు గురించి తెలియకపోతే, మీరు పొందే ప్రతి విజయంతోపాటే మరో పరాజయం కూడా ఉంటుంది. మీకు మీ సైన్యం గురించి, శత్రువు గురించి కూడా తెలియకపోతే ప్రతి యుద్ధంలోనూ ఓటమి తప్పదు.

4

వ్యూహాత్మక ఏర్పాట్లు

1. సన్ ట్జు ఇలా చెప్పారు: మంచి పోరాటయోధులు ఎప్పుడూ ఓటమి ప్రమాదం ఉన్నప్పుడు తాను ముందుంటాడు, ఆ తర్వాత శత్రువును ఓడించడానికి తగిన అవకాశం చూసుకుంటాడు.

2. ఓటమి నుంచి మనను మనం కాపాడుకోవడం ఎలాగన్నది మన చేతుల్లోనే ఉంటుంది. కానీ శత్రువును ఓడించడానికి అవకాశం శత్రువే ఇస్తాడు.

3. మంచి పోరాటయోధుడు తనను తాను ఓటమి నుంచి కాపాడుకోగలడు గానీ, కచ్చితంగా శత్రువును ఓడించగలడని మాత్రం చెప్పలేం.

4. అందుకే ఇలా అంటారు: విజయం సాధించలేకపోయినా గెలవడం ఎలాగో మాత్రం తెలిసే అవకాశం ఉంటుంది.

5. ఓటమి నుంచి మనల్ని మనం కాపాడుకోడానికి చేసే భద్రతా ఏర్పాట్లనే రక్షణ వ్యూహాలు అంటారు. శత్రువును ఓడించే సామర్థ్యం అంటే ఎదురుదాడి అని అర్థం.

6. రక్షణాత్మక ధోరణిలో ఉంటే మన బలం తగినంతగా లేదని అర్థం. ఎదురుదాడి చేయడమంటే భారీ బల ప్రదర్శన.

7. రక్షణలో నైపుణ్యం ఉన్న సైన్యాధిపతి చాలావరకు రహస్యాలను భూమి పొరల్లో దాచిపెడతాడు. ఎదురుదాడిలో నిపుణుడైనవాడు స్వర్గమంత ఎత్తులో ఎగిరిపడతాడు. అలా ఒకవైపు మనల్ని మనం రక్షించుకోగల శక్తి ఉంటూనే మరోవైపు సంపూర్ణ విజయం సాధించవచ్చు.

8. గుంపులో గోవిందయ్యలా వచ్చే విజయాన్ని చూడటం అనేది పెద్ద గొప్ప కానే కాదు.

9. పోరాడి విజయం సాధించినపుడు మొత్తం సామ్రాజ్యమంతా కలిసి "అద్భుతంగా చేశావు" అని పొగడ్తలలో ముంచెత్తుతుంది.

10. శరదృతువులో కుందేలు జుత్తు ఎత్తడం పెద్ద వీరత్వం ఏమీ కాదు; సూర్య చంద్రులను చూసినంత మాత్రాన చూపు బాగుందని కాదు; పిడుగుల శబ్దం విన్నంత మాత్రాన అద్భుతమైన గ్రహణశక్తి ఉన్నట్లు కాదు.

11. తెలివైన యోధుడంటే కేవలం గెలిచేవాడే కాదని, సులభంగా గెలవగలిగేవాడే యోధుడని పెద్దలు చెబుతుంటారు.

12. అందువల్ల, అతడి విజయాలు అతడికి పేరు ప్రఖ్యాతులూ తేవు, ధైర్యాన్నీ ఎవరూ మెచ్చుకోరు.

13. ఎలాంటి తప్పు చేయకుండా అతడు యుద్ధాలు గెలుస్తాడు. తప్పులు చేయకపోవడం అనేది నిశ్చయ విజయాన్ని సూచిస్తుంది. అంటే, అప్పటికే ఓడిన శత్రువును జయించడం అని అర్థం.

14. అందువల్ల నిపుణుడైన యోధుడు ఓటమి అసాధ్యం అనుకున్నచోట ఉంటాడు, శత్రువును ఓడించడానికి ఏ ఒక్క అవకాశాన్నీ వదిలిపెట్టడు.

15. యుద్ధంలో విజయ వ్యూహాలు పన్నే నాయకుడు అప్పటికే విజయం సొంతం చేసుకున్నాకే యుద్ధానికి వెళ్తాడు, అదే ఓటమి దిశగా వెళ్లేవాళ్లయితే ముందు పోరాడి ఆ తర్వాత విజయం కోసం చూస్తాడు.

16. సంపూర్ణమైన నాయకుడు నైతిక నియమాలకు కట్టుబడి ఉంటాడు, పద్ధతులు, క్రమశిక్షణతో కూడి ఉంటాడు; అలా విజయాన్ని నియంత్రించగలిగే శక్తి కలిగి ఉంటాడు.

వ్యూహాత్మక ఏర్పాట్లు

17. సైనిక పద్ధతులను గౌరవించడంలో మనం ముందుగా కొలత, తర్వాత మొత్తాన్ని అంచనా వేయడం, మూడోది లెక్కించడం, నాలుగోది అవకాశాల సమతౌల్యం, ఐదోది విజయం. ఇలా చూస్తాం.

18. కొలత అనేది భూమ్మీద తన ఉనికికి కట్టుబడి ఉంటుంది; ఎంత మొత్తం అన్న కొలతకు అంచనా; మొత్తం అంచనాకు లెక్క, అవకాశాల సమతౌల్యానికి లెక్కించడం, అవకాశాల సమతౌల్యంతో విజయం.

19. సాధారణ సైన్యానికి వ్యతిరేకంగా విజయవంతమైన సైన్యం ఉండటం అంటే. తూకంలో ఒకవైపు ఒక పౌండు బరువు, మరోవైపు ఒకే ఒక్క గింజ ఉంచడం.

20. విజయవంతమైన దళం యొక్క దూకుడు కొన్ని వేల అడుగుల లోతులో ఉన్న లోయలోకి పెద్ద జలపాతం పడినట్లు ఉంటుంది.

5

శత్రు

1. సన్ ట్జు ఇలా చెప్పారు: కొందరు మనుషులను నియంత్రించే సిద్ధాంతమే పెద్ద బలగం నియంత్రణకూ వర్తిస్తుంది: కేవలం వాళ్లను విభజించడం మాత్రమే అందులో ఉండే చిన్న సమస్య.

2. మీ నేతృత్వంలో చిన్న సైన్యంతో పోరాడటం, పెద్ద సైన్యానికి నాయకత్వం వహించడం కూడా ఒకటే: కేవలం గుర్తులు, సంకేతాలను వారికి అర్థమయ్యేలా చెప్పడమే.

3. ప్రత్యక్షంగా, పరోక్షంగా యుక్తులు ఎంత సమర్థంగా పన్నగలం అనేదాన్ని బట్టే శత్రువు దాడిని తట్టుకుని కూడా ధైర్యంగా నిలబడటం అనేది ఆధారపడుతుంది.

4. మీ సైన్యం ప్రభావం ఎంతలా ఉండాలంటే, కోడిగుడ్డుకు ఎదురుగా పెద్ద రుబ్బురోలు ఉన్నట్లుండాలి. బలహీన, బలమైన అంశాలకు సంబంధించిన శాస్త్రం ఇక్కడ వర్తిస్తుంది.

5. యుద్ధంలో చేరాలంటే ప్రత్యక్ష పద్ధతి ఉపయోగించచ్చు గానీ, విజయం సాధించాలంటే మాత్రం పరోక్ష పద్ధతులే అవసరం.

6. పరోక్ష వ్యూహాలను సమర్థంగా అమలుచేస్తే, అవి స్వర్గం, భూమిలా ఎంతకూ కరగవు, నదీ ప్రవాహంలా అనంతంగా ఉంటాయి, సూర్య చంద్రుల్లా అస్తమించినట్లు కనిపించినా, మళ్లీ ఉదయిస్తాయి; నాలుగు కాలాల్లాగే అయిపోయినా మళ్లీ మళ్లీ వస్తుంటాయి.

7. సంగీతంలో ఏడు స్వరాలు మాత్రమే ఉంటాయి, అయినా ఆ ఏడింటితోనే లెక్కలేనన్ని రాగాలు మనకు వినిపిస్తుంటాయి.

8. ప్రాథమిక రంగులు ఐదే ఉంటాయి. (నీలం, పసుపు, ఎరుపు, తెలుపు, నలుపు). అయినా వాటిని కలుపుతుంటే అనంతమైన రంగులు మన కళ్లముందు కనిపిస్తుంటాయి.

9. ప్రధానమైన రుచులు ఐదు మాత్రమే. (తీపి, పులుపు, చేదు, ఉప్పు, కారం), అయినా వాటిని కలిపి ఉపయోగించినపుడు అద్భుతమైన రుచులు ఎన్నో వస్తాయి.

10. యుద్ధంలో దాడిచేసేందుకు రెండే పద్ధతులుంటాయి. అవి ప్రత్యక్ష, పరోక్ష; అయినా ఈ రెండింటి కూడికతో లెక్కలేనన్ని వ్యూహాలు రచించవచ్చు.

11. ప్రత్యక్ష, పరోక్ష పద్ధతులు ఒకదాని తర్వాత ఒకటి వస్తుంటాయి. అది ఒక చక్రంలా తిరుగుతుంటుంది. దానికి ముగింపు అనేది ఉండదు. వాటి మిశ్రమం వల్ల వచ్చే అవకాశాలను ఎవరు కాదనగలరు?

12. బలగాలు దూసుకొస్తుంటే అది ఒక ప్రవాహంలా ఉంటుంది. అది పెద్ద పెద్ద బండరాళ్లను కూడా తన వేగంతో దొర్లించగలదు.

13. తీసుకునే నిర్ణయం యొక్క నాణ్యత డేగచూపులా ఉంటుంది. సరైన సమయానికి సరైనచోట అది తన శత్రువు మీద దాడిచేసి చటుక్కున పట్టుకుంటుంది.

14. అందువల్ల మంచి యోధుడు తన పోరాటక్షేత్రంలో భీకరంగా ఉంటాడు, నిర్ణయాల్లో కచ్చితంగా ఉంటాడు.

15. శక్తిని విల్లు వంపుతోను; నిర్ణయాన్ని తుపాకి ట్రిగ్గర్ వదలడంతోను పోల్చవచ్చు.

16. యుద్ధంలోని గందరగోళ పరిస్థితి నడుమ, అక్కడ కొంత క్రమశిక్షణ తప్పినట్లు కనిపిస్తుంది గానీ వాస్తవానికి అలా ఉండదు; అంత గందరగోళం, అయోమయం నడుమ కూడా మీ వ్యూహం ఎలాంటి సమస్య లేకుండా అమలై, ఓటమికి వ్యతిరేకంగా సాక్ష్యంగా నిలుస్తుంది.

17. అస్తవ్యస్తత ఎక్కువైనట్లు కనిపించినా, అది మాత్రం కచ్చితమైన క్రమశిక్షణే అవుతుంది, భయం ఎక్కువగా అనిపించినపుడు ధైర్యం అవుతుంది, బలహీనత ఉందనుకుంటే అదే బలం అవుతుంది.

18. అస్తవ్యస్తత ముసుగులో క్రమశిక్షణను దాచిపెట్టడం కేవలం ఒక విభాగంలా చేయడం మాత్రమే; పిరికితనం ముసుగులో ధైర్యాన్ని దాచి ఉంచడం మన శక్తిని పోగుచేసుకోవడమే; బలాన్ని బలహీనత ముసుగులో ఉంచడం అంటే మన వ్యూహాత్మక ఎత్తుగడలు అమలుచేస్తున్నట్లే.

19. శత్రువును ఎప్పుడూ కదిలిస్తూనే ఉంచగల నైపుణ్యం ఉన్న సైన్యాధిపతి, కావాలని మోసం చేస్తూ ఉంటారు. వాటిని బట్టే శత్రువు అడుగులు వేస్తాడు. కొంత త్యాగం చేసినట్లు కనిపించి శత్రువు దాన్ని పట్టుకోడానికి రాగానే దాడి చేస్తాడు.

20. ఇలా ఎరలను బయటపెట్టడం ద్వారా, శత్రువును ముందుకు వచ్చేలా చేస్తాడు; అప్పుడు ఎంచుకున్న కొద్దిమందితో శత్రువు కోసం సిద్ధంగా ఉంటాడు.

21. తెలివైన యోధుడు సమ్మిళిత శక్తి కోసం చూస్తాడు తప్ప, విడివిడిగా వ్యక్తుల నుంచి ఆశించడు. అందువల్ల సరైన వ్యక్తులను ఎంచుకోవడంలో అతడి సామర్థ్యం సమ్మిళిత శక్తిని అందిస్తుంది.

22. అతడు సమ్మిళిత శక్తిని ఉపయోగించినపుడు, అతడి వద్ద ఉన్న సైనికులు కూడా దొర్లుకుంటూ వెళ్లే దుంగలు, రాళ్లలా ఉంటారు. దుంగలు గానీ, రాళ్లు గానీ సమతలంగా ఉన్న నేల మీద కదలవు. అదే వాలులో అయితే కిందకు వెళ్తాయి. నలుపలకలుగా ఉంటే కదలవు, గుండ్రంగా ఉంటే దొర్లుకుంటూ వెళ్తాయి.

23. అలా మంచి సామర్థ్యం ఉన్న యోధుల నుంచి వెలువడే శక్తి గుండ్రటి రాయి వేలాది అడుగుల ఎత్తున్న కొండ మీద నుంచి కిందకు దొర్లినట్లుంటుంది. శక్తి అనే అంశం గురించి అంత చెప్పు కోవచ్చు.

6

బలాలు బలహీనతలు

1. సన్ ట్జు ఇలా చెప్పారు: రణరంగంలో ఎవరు ముందుగా ప్రవేశించి శత్రువు రాక కోసం ఎదురు చూస్తుంటారో, వాళ్లు యుద్ధానికి సిద్ధంగా ఉంటారు; రణరంగంలోకి ఆ తర్వాత ప్రవేశించేవాళ్లు యుద్ధం కోసం తొందరపడి, త్వరగా అలసిపోతారు.

2. అందువల్ల తెలివైన యోధుడు శత్రువు మీద తన ఇష్టాన్ని రుద్దుతాడు, అంతేతప్ప ఎప్పుడూ శత్రువు ఇష్టాన్ని తన మీదకు తెచ్చుకోడు.

3. కొన్ని సానుకూలతలను ఇచ్చినట్లుగా చూపించడం ద్వారా తాను పన్నిన వలలో శత్రువు చిక్కుకునేలా చేస్తాడు; లేదా, నష్టం కలిగించడం ద్వారా శత్రువు తన సమీపంలోకి రావడం కూడా అసాధ్యం చేస్తాడు.

4. శత్రువు సునాయాసంగా ఉంటే, అతడిని వేధించగలడు; తగినంత ఆహారం ఉంటే, శత్రువుకు ఆహారం అందకుండా మాడ్చగలడు; నిశ్శబ్దంగా మాటువేసి ఉంటే, శత్రువు కదలక తప్పని పరిస్థితి తేగలడు.

5. శత్రువు తనను తాను రక్షించుకోలేని ప్రదేశాలలో మాత్రమే కనిపించాలి; మనం ఉంటామని ఊహించలేని ప్రాంతాలకు వేగంగా వెళ్లాలి.

6. తాము వెళ్లే దారిలో శత్రువు ఎక్కడా లేకపోతే. సైన్యం చాలా దూరం పాటు ఎలాంటి ఇబ్బంది లేకుండా వెళ్లగలదు.

7. ఏమాత్రం రక్షణ లేని ప్రదేశాల మీద దాడి చేస్తేనే మీ దాడుల్లో కచ్చితంగా విజయం సాధించగలరని చెప్పచ్చు. అవతలివాళ్లు దాడి చేయలేని చోట ఉంటే మాత్రమే సురక్షితంగా ఉన్నట్లు చెప్పచ్చు.

8. ఏం రక్షించుకోవాలో శత్రువుకు తెలియనివ్వకుండా దాడి చేసే సైన్యాధ్యక్షుడు

దాడుల్లో నిపుణుడు అవుతాడు; దేనిమీద దాడిచేయాలో కూడా శత్రువుకు తెలియనివ్వనప్పుడు రక్షణలోనూ నిపుణుడవుతాడు.

9. జిత్తులమారితనం, రహస్యం అనేవి మంచి కళలు. వాటిద్వారానే మీరు అదృశ్యంగా ఉండటం, మీ మాట వినపడనివ్వకపోవడం ద్వారా శత్రువు తలరాతను మన చేతుల్లో పెట్టుకోవచ్చు.

10. మీరు ముందుకు దూసుకెళ్లి, ఎదురులేని స్థితిలో ఉంటే, శత్రువు బలహీనతలేంటో తెలుసుకుంటే; శత్రువు కంటే మీ కదలికలు వేగంగా ఉంటే మీరు ప్రశాంతంగా విశ్రాంతి తీసుకోవచ్చు.

11. మనం పోరాడాలనుకుంటే, శత్రువు ఎంతటి లోయల్లో దాగున్నా, ఎత్తులో నక్కి ఉన్నా కూడా అతడిని రప్పించవచ్చు. మనం చేయాల్సిందల్లా వేరే చోట దాడి చేయడమే. అప్పుడు అతడు తప్పనిసరిగా అక్కడకు రావాల్సి ఉంటుంది.

12. మనం పోరాడాలని అనుకోకపోతే, మనం బసచేసిన చోటు ఎక్కడో సులభం గా తెలిసే అవకాశం ఉన్నా, శత్రువు మన వద్దకు రాకుండా ఆపచ్చు. మనం చేయాల్సిందల్లా శత్రువు వచ్చే దారిలో ఏదో పనికిరానిది పారేయడమే.

13. శత్రువు కదలికలు ఏంటో తెలుసుకుని, మనం ఎక్కడున్నదీ తెలియనివ్వకుండా ఉండి, మన సైన్యాన్ని సంఘటితంగా ఉంచి, శత్రు సైన్యాన్ని మాత్రం కకావికలం చేయాలి.

14. మనం మొత్తం సైన్యాన్ని ఒకటే బృందంగా ఉంచచ్చు, శత్రు సైన్యాన్ని మాత్రం ముక్కలుగా విడగొట్టాలి. అపుడు వేర్వేరు ముక్కల మీద పెద్ద బృందం విరుచుకుపడితే శత్రు సైన్యం కొద్దిగానే ఉంటుంది, మనం ఎక్కువగా ఉంటాం.

15. మనం పెద్ద దళంతో చిన్న దళం మీద యుద్ధానికి దిగినపుడు మన శత్రువులు ఏం చేయాలో తెలియక బిక్కచచ్చిపోతారు.

16. మనం ఎక్కడు యుద్ధం చేయాలనుకుంటున్నామో ఆ ప్రదేశాన్ని తెలియనివ్వకూడదు; అపుడు శత్రువు వేర్వేరు చోట్ల దాడికి సిద్ధమవుతాడు; అతడి సేనలు కూడా పలు దిశలుగా విభజింపబడతాయి, అపుడు మనం పోరాటం చేయాలనుకున్నచోట ఉండే సైన్యం చాలా తక్కువగా ఉంటుంది.

17. శత్రువు తన సేనను ముందు బలోపేతం చేసుకునేలోపు అతడు తన వెనకవైపు బలహీనపడతాడు. వెనకవైపు బలోపేతం చేసుకోవాలనుకుంటే ముందు బలహీనపడతాడు. ఎడమవైపు చూసుకుంటే కుడివైపు, కుడివైపు చూసుకుంటే ఎడమవైపు బలహీనం అవుతాడు. అన్నివైపులా దళాలను పంపితే అన్నిచోట్లా బలహీనం అవుతాడు.

18. సంఖ్యాపరంగా బలహీనత అనేది దాడులు జరగకుండా సిద్ధం అయ్యేటప్పుడు ఉంటుంది; సంఖ్యాపరమైన బలం మనకు వ్యతిరేకంగా సిద్ధమయ్యేలా శత్రువుకు తప్పనిసరి పరిస్థితి కల్పించేటపుడు వస్తుంది.

19. రాబోయే యుద్ధం సమయం, స్థలం తెలుసుకోవడం ద్వారా మనం సుదూరం నుంచే యుద్ధం మీద దృష్టి పెట్టగలం.

20. కానీ సమయం, స్థలం రెండూ తెలియకపోతే అపుడు దక్షిణ పక్షానికి వామపక్షం సాయం చేయగలిగే పరిస్థితిలో ఉండదు. అలాగే దక్షిణ పక్షం కూడా వామపక్షానికి సాయం చేయలేదు. ముందున్నవారు వెనకవారికి, వెనకున్నవారు ముందుకు సాయం చేయలేరు. సైన్యంలో దూరంగా ఉన్న భాగం వంద *లీ* దూరంగా ఉంటే అపుడు అత్యంత దగ్గరగా ఉన్న భాగంతో కొన్ని *లీల* దూరంలో ఉంటుంది.

21. నా అంచనా ప్రకారం యూ సైనికులు తమ సొంత బలం కంటే ఎక్కువ సంఖ్యలో ఉంటే, విజయం విషయంలో అది వారికి సానుకూలత అవుతుందని చెప్పలేం. అప్పటికి మనం విజయం సాధించగలం.

22. శత్రువు అంకెల్లో బలవంతుడే అయినా, యుద్ధం చేయకుండా అతడిని మనం నిరోధించవచ్చు. ముందుగానే అతడి ప్రణాళికలను పసిగట్టడం, అతడి విజయానికి దోహదం చేసే అంశాలు తెలుసుకోవడం ద్వారా ఇది సాధ్యం.

23. అతడిని రెచ్చగొట్టి, అతడి చర్యలు, క్రియారహిత స్థితుల గురించి తెలుసుకోండి. అతడు తన గురించి తానే చెప్పేలా చేయండి, అపుడు అతడి బలహీనతలు అర్థమవుతాయి.

24. అత్యంత జాగ్రత్తగా శత్రుసైన్యంతో మీ సైన్యాన్ని పోల్చుకోండి. దానివల్ల ఎక్కడ మనం చాలా బలంగా ఉన్నామో, ఎక్కడ బలహీనంగా ఉన్నామో తెలుస్తుంది.

25. వ్యూహాత్మక ఎత్తుగడల్లో, మీరు సాధించగల అతిపెద్ద విజయం మీ ఎత్తుగడలను దాచిపెట్టడం; దానివల్ల గూఢచర్యం బారిన పడకుండా మీరు సురక్షితంగా ఉంటారు. అవతలివాళ్లలో తెలివైనవారి వ్యూహాలూ మిమ్మల్ని ఏమీ చేయలేవు.

26. శత్రువ్యూహాల నుంచే మన విజయాన్ని ఎలా సాధించాలనే విషయాన్ని సమూహం ముందుగా ఊహించలేదు.

27. మనం ఎక్కడ గెలుస్తామనే దిశగానే అందరూ వ్యూహాలు చూస్తారు. కానీ దేనివల్ల విజయం వస్తుందనే వ్యూహాన్ని చాలామంది చూడలేరు.

బలాలు బలహీనతలు

28. ఒకసారి విజయం సాధించిపెట్టిన వ్యూహాన్ని మళ్లీ అమలుచేయొద్దు, పరిస్థితులను బట్టి మీ పద్ధతులను నియంత్రించుకోండి.

29. సైనిక వ్యూహాలు నీటి ప్రవాహంలా ఉండాలి, నీళ్లు సహజంగానే ఎత్తు ప్రదేశాల నుంచి కిందకు ప్రవహిస్తాయి.

30. కాబట్టి యుద్ధాల్లో, బలంగా ఉన్నదానిపై కాకుండా, బలహీనంగా ఉన్నదానిపై దాడి చేయాలి.

31. నీళ్లు అవి ప్రవహించే ప్రాంతంలోని భూమి స్వభావాన్ని బట్టి మారుతాయి; సైనికుడు తాను ఎదుర్కొనే శత్రువును బట్టి తన విజయాన్ని రూపొందించుకోవాలి.

32. నీటికి ఒక ఆకారం అంటూ లేనట్లుగానే, రణరంగంలో కచ్చితమైన పరిస్థితులు అంటూ ఉండవు.

33. శత్రువును బట్టి తన వ్యూహాలు మార్చుకోగలిగే నాయకుడు విజేతగా నిలుస్తాడు, అతడిని స్వర్గంలో పుట్టిన నాయకుడని పిలవచ్చు.

34. ఐదు వస్తువులు (నీరు, అగ్ని, చెక్క, లోహం, మట్టి) ఎప్పుడూ సమానబలంతో ఉండవు; నాలుగు రుతువులు ప్రతిదానికీ మారుతుంటాయి. పగలు ఎక్కువగాను, తక్కువగాను ఉంటుంది; చంద్రుడు పౌర్ణమికి, అమావాస్యకు మధ్య మారుతుంటాడు.

43

7

నిష్కపటత్వం

1. సన్ ట్జు ఇలా చెప్పారు: యుద్ధంలో సైన్యాధ్యక్షుడికి రాజు నుంచి ఆదేశాలు అందుతాయి.

2. ఒక సైన్యాన్ని సమకూర్చి, దళాలను మోహరించిన తర్వాత, అతడు తన శిబిరంలోకి వెళ్లే ముందు వివిధ అంశాలను దృష్టిలో పెట్టుకుని వారిని సమ్మిళితం చేయాలి.

3. ఆ తర్వాత వ్యూహాత్మక నిష్కపటత్వం వస్తుంది. దీనికంటే మరేదీ కష్టమైనది ఉండదు. వ్యూహాత్మక నిష్కపటత్వంలో కష్టం ప్రధానంగా కుటిలతత్వాన్ని నేరుగా మార్చడంలోను, దురదృష్టాన్ని అదృష్టం చేయడంలోను ఉంటుంది.

4. అలా, సుదీర్ఘమైన. చుట్టుతిరిగే మార్గం తీసుకోవాలంటే, అంతకుముందు శత్రువును నయవంచన ద్వారా తప్పించి, అతడి తర్వాత వెళ్లినా, అతడికంటే ముందుగా లక్ష్యాన్ని సాధించడంలోనే వాళ్లను తప్పుదోవ పట్టించే యుక్తులన్నీ ఉంటాయి.

5. ఏ సైన్యంతోనైనా నిష్కపటత్వం చాలా సానుకూలం అవుతుంది; అదే క్రమశిక్షణ లేని సైన్యంతో అయితే మాత్రం అది చాలా ప్రమాదకరం.

6. సానుకూలత కోసం పూర్తిస్థాయిలో సిద్ధమైన సైన్యాన్ని కవాతు చేయిస్తే, మీకు అవకాశాలు చాలా తక్కువగా ఉంటాయి. మరోవైపు, అప్పటికే రంగంలో ఉన్న దళాన్ని వెనక్కి రప్పించాలంటే వాళ్ల సామాగ్రి, సరుకులు త్యాగం చేయాల్సి ఉంటుంది.

7. మీ సైన్యాన్ని సామాన్లు సర్దుకొమ్మని ఆదేశిస్తే, బసచేసిన శిబిరం వైపు వెళ్లాలని చెబితే, అందులో సాధారణం కంటే రెట్టింపు దూరం నడవాల్సి వస్తే,

సానుకూలత కోసం వంద *లీ* వెళ్లాల్సి వస్తే, మీ మూడు బృందాల నాయకులందరూ శత్రువు చేతుల్లోకి పడతారు.

8. బలమైన వ్యక్తులు ముందుంటారు, కాస్త బలహీనులు వెనకాల ఉం టారు, ఈ ప్రణాళికలో కేవలం పదోవంతు సైన్యం మాత్రమే గమ్యాన్ని చేరుకుంటుంది.

9. శత్రువు కుయుక్తులను ఛేదించడానికి మీరు 50 *లీ* వెళ్లాల్సి వస్తే, మీ మొదటి బృందం నాయకుడిని కోల్పోతారు. మీ సైన్యంలో సగం మాత్రమే లక్ష్యాన్ని చేరుతుంది.

10. అదే లక్ష్యంతో మీరు 30 *లీ* వెళ్తే, మీ సైన్యంలో మూడింట రెండొంతులు వెళ్తుంది.

11. సరుకులు లేకుండా, సామాన్లు కూడా ఏమీ లేకుండా, స్థావరంలో కూడా నిత్యావసరాలు లేని సైన్యం నిస్సహాయంగా ఉంటుంది.

12. మన పొరుగు దేశాల వ్యూహాల గురించి పూర్తిగా తెలుసుకోకుండా వారితో చేతులు కలపకూడదు.

13. దేశ భూభాగం గురించి. అంటే అందులోని కొండలు, అడవులు, గోతులు, ఏటవాలు ప్రదేశాలు, చిత్తడి నేలలు, బురద ప్రాంతాలు. వీటన్నింటి గురించి తెలియకుండా సైన్యాన్ని ముందుకు నడిపించకూడదు.

14. స్థానిక మార్గదర్శకులను ఉపయోగించుకోకపోతే సహజ సానుకూలతలను మనం అవకాశాలుగా మార్చుకోలేం.

15. యుద్ధంలో నిజాన్ని కప్పిపుచ్చడం అలవాటు చేసుకోండి, మీరు గెలుస్తారు.

16. మీ దళాలను ఒకచోట గుమిగూడి ఉంచాలా లేదా విభజించాలా అనేది పరిస్థితులను బట్టి నిర్ణయించాలి.

17. మీ వేగం గాలితో సమానంగా, మీ దృఢత్వం అడవితో సమానంగా ఉండాలి.

18. అధిరోహించేటపుడు, దోచుకునేటపుడు అగ్గిలా ఉండాలి, అవసరమైతే కొండలా కదలకూడదు.

19. మీ వ్యూహాలన్నీ చీకటిలా కనపడకుండా, చొరబడలేనట్లుగా ఉండాలి, మీరు కదిలినపుడు మాత్రం పిడుగులా విరుచుకుపడాలి.

20. మీరు ఒక గ్రామాన్ని దోచుకుంటే, దాన్ని మీ మనుషులకు పంచండి; కొత్త ప్రాంతాన్ని స్వాధీనం చేసుకుంటే, దాన్ని సైనికుల ప్రయోజనం కోసం కేటాయించండి.

21. మీరు కదిలే ముందు ఒకటికి పదిసార్లు ఆలోచించండి.

22. దిశ మార్చుకునే కళ నేర్చుకున్నవాళ్లే గెలుస్తారు. అలాంటిదే నిష్కపటత్వం కూడా.

23. సైన్య నిర్వహణ పుస్తకంలో ఇలా ఉంటుంది: రణరంగంలో మనం చెప్పే మాటలు వినపడవు కాబట్టి వాటి వల్ల పెద్ద ప్రయోజనం ఉండదు. అందుకే డప్పులు, బూరలు ఉపయోగిస్తారు. సాధారణ వస్తువులు తగినంత స్పష్టంగా కనిపించవు. అందుకే పతాకాల వ్యవస్థ ఉంటుంది.

24. బూరలు, డప్పులు, పతాకాలు. ఇవన్నీ ఆతిథేయికి కళ్లు, చెవులు అవుతాయి. వాళ్లు ఏదో ఒక ప్రాంతంమీదే దృష్టిపెడతారు.

25. ఆతిథేయి ఒకే సమైక్య వ్యవస్థను ఏర్పరుస్తాడు. ధైర్యవంతుడు ఒక్కడే ముందుకు వెళ్లడం లేదా పిరికివాడు ఒంటరిగా వెనక్కి రావడం అసాధ్యం కాదు కదా. పెద్దమొత్తంలో సైన్యం ఉన్నప్పుడు ఇలా వారిని నడిపించాలి.

26. రాత్రిపూట యుద్ధంలో చాలావరకు మంటల ద్వారా, డప్పుల ద్వారా సమాచారం అందించాలి. పగటిపూట యుద్ధంలో పతాకాల ద్వారా చెప్పాలి. ఇవే మీ సైన్యానికి కళ్లు, చెవులు అవుతాయి.

27. ఒక మొత్తం సైన్యం యొక్క స్ఫూర్తిని దెబ్బతీయచ్చు; ఒక సైన్యాధ్యక్షుడి ఆలోచనలను దెబ్బతీయచ్చు.

28. సాధారణంగా సైనికులు పగటిపూట చాలా నిశితంగా ఉంటారు; మధ్యాహ్నానికి కాస్త మందగిస్తారు; సాయంత్రానికి అతడి ఆలోచన అంతా శిబిరానికి తిరిగి రావడంపైనే ఉంటుంది.

29. అందుకే తెలివైన సైన్యాధ్యక్షుడు అవతలి సైన్యం తిరిగి వెళ్లిపోవడానికి సిద్ధంగా ఉన్నప్పుడు వారిమీద దాడిచేస్తాడు. మనోభావాలను చదివే కళ అంటే ఇదే.

30. క్రమశిక్షణగా, నిశ్శబ్దంగా ఉండి. శత్రువు అస్తవ్యస్తంగా కనిపించేవరకు వేచి ఉండాలి. ఇది స్వీయానుభవాన్ని కలిగి ఉండే కళ.

31. శత్రువు లక్ష్యానికి దూరంగా ఉండగానే మనం దానికి దగ్గరైతే, శత్రువు నీరసించేవరకు వేచి ఉండాలి, శత్రువు పొట్ట ఎండిపోయేవరకు మన సైన్యానికి తగినంత ఆహారం ఇస్తుండాలి. ఇది మన బలాన్ని కాపాడుకునే కళ.

నిష్కపటత్వం

32. శత్రువు పతాకాలు అన్నీ పద్ధతిప్రకారం ఉన్నప్పుడు వాళ్లను ఛేదించకుండా ఆగాలి. నిశ్శబ్దంగా, ఆత్మవిశ్వాసంతో ఉన్న సైన్యంపై దాడి చేయకుండా ఆగాలి. ఇది పరిస్థితులను పరిశీలించే కళ.

33. శత్రువు కోసం కొండ మీదకు వెళ్లకుండా ఆగడం, అతడు కిందకు వస్తున్నప్పుడు నిరోధించకపోవడం సైనిక వ్యూహం.

34. పోరాట పటిమను పెంచుకుంటున్న శత్రువు మీదకు వెళ్లకూడదు, శత్రుసైనికులు దూకుడుగా ఉన్నప్పుడు వారిపై దాడి చేయకూడదు.

35. శత్రువు వేసిన ఎరను పట్టుకుని నమలకూడదు. ఇంటికి తిరిగి వెళ్తున్న సైన్యంతో తలపడకూడదు.

36. మీరు ఒక సైన్యాన్ని చుట్టుముట్టినపుడు, ఒక మార్గాన్ని బయటకు వెళ్లేందుకు వదిలిపెట్టండి. పిల్లిని గదిలో పెట్టి బంధించినట్లుగా శత్రువుతో వ్యవహరించద్దు.

37. ఇది రణరంగంలో ఉపయోగించే కళ.

8

వ్యూహాల్లో వైవిధ్యం

1. సన్ ట్జు ఇలా చెప్పారు: యుద్ధంలో సైన్యాధ్యక్షుడికి ఆదేశాలు రాజు నుంచి అందుతాయి, అతడు తన సైన్యాన్ని సమీకరించి బలగాలను సమకూరుస్తాడు.

2. కష్టమైన దేశంలో ఉన్నప్పుడు ఎక్కడా ఆగద్దు. ఎత్తయిన రహదారులుండి, అవి కలుస్తుంటే మీ పొరుగు దేశాలతో చేతులు కలపండి. ప్రమాదకరంగా, ఒంటరిగా ఉన్న ప్రదేశాలలో బస చేయద్దు. వాలుగా ఉన్న ప్రాంతాలలో మీరు వ్యూహాత్మకంగా వ్యవహరించాలి. తప్పనిసరి పరిస్థితుల్లో తప్పక పోరాడాలి.

3. అసలు వెళ్లకూడని రహదారులు కొన్ని ఉంటాయి, వాటివైపు సైన్యం ఆకర్షితం కాకూడదు. కొన్ని నగరాలను తప్పక స్వాధీనం చేసుకోవాలి, కొన్ని చోట్లకు అసలు వెళ్లకూడదు, కొన్నిసార్లు రాజు ఆదేశాలను కూడా పాటించకూడదు.

4. వివిధ వ్యూహాలతో పాటు ఉండే విభిన్న సానుకూలతలను పూర్తిగా అర్థం చేసుకోగలిగే సైన్యాధ్యక్షుడికి తన దళాలను ఎలా నడిపించాలో తెలుస్తుంది.

5. వీటిని అర్థం చేసుకోలేని సైన్యాధ్యక్షుడు దేశంలో ఉన్న పరిస్థితుల గురించి బాగా తెలుసుకున్నా, అతడు తన తెలివితేటలను క్షేత్రస్థాయిలో ఉపయోగించలేడు.

6. అందువల్ల యుద్ధం గురించి నేర్చుకునే విద్యార్థి యుద్ధకళలో ఉండే వివిధ ప్రణాళికలు తెలుసుకోవడంలో అసమర్థుడైతే అతడికి ఐదు సానుకూలతలు బాగా తెలిసినా, తన సైన్యాన్ని సరిగా ఉపయోగించుకోలేడు.

7. అందువల్ల తెలివైన నాయకుడి ప్రణాళికలలో, సానుకూలతలు. ప్రతికూలతల గురించి తెలుసుకోవడం తప్పక ఉంటుంది.

8. మన సానుకూలతల గురించి మనకున్న అంచనాలను ఈ విధంగా

ఉపయోగిస్తే, మన పథకాల్లో ముఖ్యమైన భాగాలను అమలుచేయడంలో విజయం సాధించవచ్చు.

9. మరోవైపు కష్టకాలం మధ్యలో ఒక సానుకూలతను ఉపయోగించుకోడానికి సద్ధమైతే, దురదృష్టం నుంచి కూడా మనల్ని మనం తప్పించుకోవచ్చు.

10. బందీలుగా పట్టుకున్న సైన్యాధికారుల నుంచి నష్టాన్ని వసూలుచేయాలి, వారిని ఇబ్బందిపెట్టి నిరంతరం వారితో ఏదో ఒకటి చేయించాలి; వాళ్లను ఆకర్షితులను చేసి ఏదో ఒకచోటుకు పంపాలి.

11. యుద్ధ కళలో మనకు శత్రువు రాకపోవచ్చన్న సమాచారం మీద ఆధారపడకూదని చెబుతారు, అతడి రాకకు మనం సిద్ధంగా ఉండాలంటారు; అతడు దాడి చేయకపోవచ్చని కాకుండా మనం శత్రుదుర్భేద్యంగా ఉండటం ఎలాగో చెబుతారు.

12. ఐదు ప్రమాదకరమైన తప్పిదాలు సైన్యాధికారిపై ప్రభావం చూపచ్చు:

(1) నిర్లక్ష్యం. దానివల్ల విధ్వంసం జరుగుతుంది;

(2) పిరికితనం. దానివల్ల పట్టుబడే ప్రమాదముంది;

(3) తొందరపాటు. అవమానాల వల్ల రెచ్చిపోతారు;

(4) గౌరవం కోసం తాపత్రయపడితే సిగ్గును తట్టుకోలేరు;

(5) తనవాళ్ల కోసం ఎక్కువ చింత, దానివల్ల అతడి ఆందోళన, ఇబ్బందులు తెలుస్తాయి.

13. యుద్ధ నిర్వహణకు అత్యంత నష్టదాయకంగా ఉండేలా. సైన్యాధ్యక్షుడు చేసే ఐదు రకాల తప్పులు ఇవే.

14. ఏదైనా సైన్యం ఓడిపోయి దాని నాయకుడు చనిపోతే, దానికి ఆ ఐదు ప్రమాదకర తప్పుల్లో ఒకటే కారణం అవుతుంది. వాటిని సమగ్రంగా నేర్చుకుందాం.

9

కవాతు చేస్తున్న సైన్యం

1. సన్ ట్జు ఇలా చెప్పారు: ఇపుడు మనం సైన్యాన్ని శిబిరంలో ఉంచడం వరకు వచ్చాం, శత్రువు సైగలను అర్థం చేసుకోవడం తెలుసుకుందాం. కొండలపై త్వరగా వెళ్లడం, లోయల పొరుగున ఉండటం కూడా నేర్చుకుందాం.

2. ఎప్పుడూ ఎత్తయిన ప్రదేశాలలో, సూర్యుడికి ఎదురుగా శిబిరం పెట్టండి. పోరాడేందుకు ఎత్తులు ఎక్కద్దు. పర్వత రణరంగ వ్యూహం ఇలా ఉండాలి.

3. నది దాటిన తర్వాత దానికి దూరంగా వెళ్లిపోవాలి.

4. పోరాడుతున్న సైన్యం దాని కవాతులో భాగంగా నది దాటినపుడు, దాని ప్రవాహం మధ్యలో వెళ్లద్దు. ముందుగా సగం సైన్యం నది దాటి, తర్వాత దాడి మొదలుపెట్టడం మేలు.

5. మీరు ఎలాగైనా పోరాడాలని అనుకున్నా, శత్రువు నది దాటాల్సి వచ్చినపుడు అతడి వద్దకు వెళ్లద్దు.

6. మీ వాహనాలను శత్రువుల కంటే ఎత్తయిన ప్రదేశంలో ఉంచండి, వాటిని సూర్యుడికి అభిముఖంగా పెట్టండి. శత్రువును ఢీకొట్టేందుకు నదికి ఎదురీదద్దు. ఇది నదీ రణరంగ వ్యూహం.

7. ఉప్పుకయ్యలను, చిత్తడి నేలలను దాటేటపుడు వీలైనంత త్వరగా, ఆలస్యం చేయకుండా వెళ్లిపోవాలి.

8. ఉప్పుకయ్యలలోనే తప్పక పోరాడాల్సి వస్తే, మీకు దగ్గరలో నీళ్లు, గడ్డి ఉండాలి. మీరు పొదల వెనక్కి వెళ్లాలి. ఉప్పుకయ్యల రణరంగ వ్యూహం ఇదీ.

9. పొడిగా, సమతలంగా ఉండే దేశంలో సులభంగా వెళ్లగల ప్రదేశాన్ని

ఎన్నుకోండి. అక్కడ ఎత్తయిన ప్రదేశం మీ కుడివైపు, వెనుకగా ఉండాలి, అపుడు ప్రమాదం మీ ఎదురుగా ఉన్నా సురక్షిత ప్రాంతం వెనక ఉంటుంది. సమతల ప్రదేశాల రణరంగ వ్యూహం ఇది.

10. ఇవి సైనిక జ్ఞానానికి సంబంధించిన నాలుగు ప్రధానాంశాలు. వీటి ఆధారంగానే పసుపు చక్రవర్తి పలు సామ్రాజ్యాలను జయించాడు.

11. సైన్యాలన్నీ దిగువ ప్రదేశాల కంటే ఎత్తయినవాటిని, చీకటి ప్రదేశాల కంటే వెలుగు ఉండేవాటినే ఎంచుకుంటాయి.

12. మీ సైన్యం పట్ల మీకు జాగ్రత్త ఉంటే, గట్టి నేలమీద శిబిరం ఏర్పాటుచేసుకుని ఉంటే, సైన్యానికి ఎలాంటి వ్యాధులు సోకవు, తద్వారా విజయం దక్కుతుంది.

13. మీరు ఒక కొండవద్దకు లేదా తీరం వద్దకు వస్తే ఎండ ఉన్న ప్రాంతాన్ని ఆక్రమించండి, వాలు మీ కుడి, వెనకవైపు ఉండాలి. ఇది మీ సైనికులకు ప్రయోజనకరంగా ఉంటుంది, ప్రకృతిపరమైన సానుకూలతలు వారికి దక్కుతాయి.

14. దేశంలోని ఎగువ ప్రాంతాల్లో భారీ వర్షాల వల్ల మీరు దాటాలనుకుంటున్న నది ఉధృతంగా ప్రవహిస్తుంటే, అందులో నురగ కూడా వస్తుంటే అది తగ్గేవరకు మీరు తప్పక వేచి చూడాలి.

15. ఏదైనా ప్రదేశంలో నిటారుగా ఉండే పర్వత శిఖరాలు ఉండి, వాటి మధ్యగా ప్రవాహాలు వెళ్తుంటే, మధ్యలో బాగా లోతైన లోయలు, దాక్కునే ప్రదేశాలు, దట్టమైన పొదలు, చిత్తడినేలలు, పగుళ్లు ఉంటే. వీలైనంత వేగంగా అక్కడి నుంచి వెళ్లిపోవాలి.

కవాతు చేస్తున్న సైన్యం

16. మనం ఇలాంటి ప్రదేశాల నుంచి దూరంగా ఉంటూనే, శత్రువు వాటి వద్దకు చేరుకునేలా చేయాలి; వాళ్లను ఎదుర్కొనేటపుడు శత్రువు వెనకవైపు అవి ఉండాలి.

17. మీ శిబిరం పొరుగున ఏదైనా పర్వత ప్రాంతం ఉండి, దానిచుట్టూ చెరువులు, నాచు, రెల్లుపొదలు లేదా దట్టమైన అడవుల్లాంటివి ఉంటే ఆ మార్గాన్ని చాలా జాగ్రత్తగా పరిశీలించాలి; మాటువేసి దాడి చేసే దళాలు, గూఢచారులు ఎక్కువగా ఇలాంటి ప్రాంతాలలోనే నక్కి ఉంటారు.

18. శత్రువు చాలా దగ్గరగా ఉన్నా నిశ్శబ్దంగా ఉన్నాడంటే, అతడు తాను ఉన్న ప్రదేశంలోని సానుకూలతను వాడుకుంటున్నాడని అర్థం.

19. అతడు దూరంగా ఉంటూ. యుద్ధానికి కవ్విస్తుంటే, అవతలి వాళ్లు ముందుకు రావాలని అతడు చూస్తున్నట్లు అర్థం.

20. అతడి శిబిరాలకు చేరుకోవడం సులభంగా ఉందంటే, అతడు ఎర వేస్తున్నాడని అర్థం.

21. అడవిలో చెట్ల వెంబడి కదలికలు ఉన్నాయంటే శత్రువు ముందుకొస్తున్నట్లు. దట్టమైన పొదల మధ్య ఎక్కువ నీడలు కనిపిస్తుంటే, శత్రువు మనకు అనుమానం కలిగిస్తున్నాడని అర్థం.

22. ఒకేసారి పక్షులు గుంపుగా పైకి లేచాయంటే అక్కడ ఎవరో మాటు వేశారని అర్థం. పశువులు బెదురుతున్నాయంటే ఉన్నట్టుండి దాడి ఎదురవుతోందని అర్థం.

23. ఎత్తయిన ప్రదేశంలో దుమ్ము రేగుతోందంటే రథాలు అటు నుంచి

61

ష్తున్నాయని అర్థం. దుమ్ము తక్కువగా ఉన్నా. ఎక్కువ ప్రదేశంలో వ్యాపిస్తే పదాతి దళం వస్తోందని సూచన. అది విభిన్న దిశల్లో వ్యాపించి ఉంటే, కట్టెలు సేకరించడానికి దళాలను పంపారని తెలుసుకోవాలి. దుమ్ము మేఘాలు అటూ ఇటూ కదులుతుంటే సైన్యం బసచేసిందని అర్థం.

24. మర్యాద మాటలు, పెరిగిన ఏర్పాట్లు ఉంటే శత్రువు ముందుకొస్తున్నాడని అర్థం. భాష హింసాత్మకంగా ఉండి, దూసుకొస్తుంటే అతడు వెనుదిరుగుతాడని అర్థం.

25. తేలికపాటి రథాలు ముందుగా వచ్చి ఒకచోట ఆగితే శత్రువు యుద్ధానికి వ్యూహం పన్నుతున్నాడని అర్థం.

26. ఒడంబడిక పత్రం లేకుండా శాంతి ప్రతిపాదనతో వస్తే అదేదో కుట్ర అని అర్థం.

27. ఎక్కువ ఉరుకులు పరుగులు ఉంటూ సైనికులు వరుసక్రమంలో నిలబడ్డారంటే, ఏద క్లిష్ట పరిస్థితి వచ్చిందని అర్థం.

28. కొందరు ముందుకు వస్తూ, కొందరు వెనక్కి వెళ్తుంటే అది ఎర అని అర్థం.

29. సైనికులు బల్లెం మీద వాలిపోతూ కనపడితే వాళ్లు ఆకలికి అలమటిస్తున్నట్లు అర్థం.

30. నీళ్లు తేవడానికి పంపినవాళ్లే తాగుతున్నారంటే, సైన్యానికి దాహం వేస్తోందని అర్థం.

31. శత్రువుకు సానుకూల పరిస్థితి ఉన్నా, దాన్ని వాడుకోలేకపోతున్నారంటే వాళ్ల సైనికులు బాగా అలసిపోయారని అర్థం.

32. పక్షులు ఒకచోట గుమిగూడి వాలి ఉంటే, అక్కడ ఎవరూ లేరని అర్థం. రాత్రి పూట కూతలు వినపడితే ఆందోళనకరం.

33. శిబిరంలో గందరగోళం కనపడితే సైన్యాధ్యక్షుడి అధికారం బలహీనంగా ఉందని అర్థం. పతాకాలను మారుస్తుంటే, కుట్ర పొంచి ఉందని అర్థం. అధికారులు కోపంగా ఉంటే సైన్యం అలసిపోయిందని అర్థం.

34. ఒక సైన్యం దాని గుర్రాలకు గుగ్గిళ్లు పెడుతూ పశువులను ఆహారం కోసం చంపుతుంటే, సైనికులు తమ వంట పాత్రలను సిద్ధం చేయకపోతే, వాళ్లు తమ శిబిరాల్లోకి తిరిగి రాకపోతుంటే, వాళ్లు చచ్చేవరకు పోరాడేందుకు కట్టుబడి ఉన్నారని అర్థం.

35. సైనికులు చిన్న చిన్న బృందాలుగా విడిపోయి తమలో తాము గుసగుసలాడుకుంటే వారిలో అసంతృప్తి గూడుకట్టుకుందని అర్థం.

36. తరచుగా బహుమతులు వస్తున్నాయంటే శత్రువు వద్ద వనరులు అయిపోతున్నాయని; బాగా ఎక్కువ శిక్షలు ఉంటే అసంతృప్తి ఎక్కువైందని అర్థం.

37. గర్జనతో మొదలుపెట్టినా, ఆ తర్వాత శత్రుసైన్యాన్ని చూసి భయపడితే, తెలివితేటలు లేవని అర్థం.

38. రాయబారుల నోటివెంట ప్రశంసలు వినిపిస్తున్నాయంటే శత్రువు యుద్ధవిరామం కోరుకుంటున్నారని అర్థం.

39. శత్రుసైన్యాలు కోపంగా ముందుకు దూకుతూ, మన సైన్యం వైపు వస్తుంటే. ఎక్కువసేపు అలాగే వస్తూ యుద్ధం చేయకుండా ఉండిపోతే అలాంటి పరిస్థితిని అత్యంత జాగ్రత్తగా, పరిశీలనగా గమనించాలి.

40. మన సైన్యం శత్రుసైన్యం కంటే ఎక్కువ ఉండకుండా. సరిగ్గా సరిపోయేలా ఉంటే; ప్రత్యక్ష దాడి ఏమీ చేయలేమని అర్థం. మనం చేయాల్సింది ఏమిటంటే మనకున్న బలంపై దృష్టి సారించి, శత్రువును జాగ్రత్తగా గమనిస్తూ అదనపు బలాన్ని సమకూర్చుకోవాలి.

41. ముందుచూపు లేకుండా శత్రువును తక్కువగా అంచనా వేసేవాళ్లు తప్పనిసరిగా వాళ్లకు పట్టుబడతారు.

42. సైనికులు మనవద్దకు రాకముందే వారిని శిక్షిస్తే, వాళ్లు మనకు కట్టుబడి ఉండరు. అలా ఉండకపోతే వాళ్లు మనకు పనికిరారు. సైనికులు మీకు బాగా దగ్గరైనపుడు శిక్షలు అమలుచేయకపోతే అప్పుడూ వాళ్లు పనికిరారు.

43. సైనికులు తొలిసారి తప్పు చేసినపుడు వారిని మానవీయంగా చూడాలి; కానీ పూర్తిస్థాయి క్రమశిక్షణలో ఉంచాలి. ఇది విజయానికి కచ్చితమైన మార్గం.

44. శిక్షణలో భాగంగా సైనికులకు ఆదేశాలు జారీ చేస్తుంటే, సైన్యం మంచి క్రమశిక్షణలో ఉంటుంది; లేకపోతే దారితప్పుతుంది.

45. సైన్యాధ్యక్షుడు తన సైన్యం మీద విశ్వాసం ఉంచినా, తరచు తన ఆదేశాలు పాటించాలని బలవంతపెడితే, ఇరువురికీ లాభదాయకం.

10

భూభాగం

1. సన్ ట్జు ఇలా చెప్పారు: మనం ఆరు రకాల భూభాగాలను ప్రధానంగా చూస్తాం. అవి.

   (1) ప్రవేశయోగ్య మైదానం;

   (2) సమస్యాత్మక మైదానం;

   (3) కాలానుసారం ఉండే మైదానం;

   (4) ఇరుకాటి మార్గం;

   (5) నిటారుగా ఉండే కొండలు;

   (6) శత్రువు నుంచి చాలా ఎక్కువ దూరంలో ఉండే ప్రాంతం

2. రెండువైపులా సులభంగా ప్రయాణించగల మైదానాన్ని ప్రవేశయోగ్యం అంటాము.

3. ఈ రకమైన మైదానాన్ని శత్రువు కంటే ముందుగా ఆక్రమించాలి, ఎత్తుగా ఉండే, సూర్యరశ్మి తగిలే ప్రాంతాల్లో ఉండాలి, మన సరఫరాలు సరిగా వచ్చేలా వాటిని రక్షించుకోవాలి. అప్పుడు సానుకూల పరిస్థితుల్లో పోరాడవచ్చు.

4. మనం వదిలిపెట్టదగినది, మళ్లీ ఆక్రమించుకోవడం కష్టమైన ప్రాంతాన్ని సమస్యాత్మకం అంటాము.

5. ఇలాంటి ప్రదేశం నుంచి ఒకవేళ శత్రువు సిద్ధంగా లేకపోతే, మీరు ముందుకు దూసుకెళ్లి అతడిని ఓడించవచ్చు. కానీ మీ రాకకు శత్రువు సిద్ధంగా ఉంటే, అతడిని ఓడించలేకపోతే వెనుదిరిగి వెళ్లడం కూడా అసాధ్యమైతే విపత్కర పరిణామం తలెత్తుతుంది.

6. తొలి అడుగు వేయడం వల్ల ఇరుపక్షాల్లో ఎవరికీ సానుకూలత లేకపోతే దాన్ని కాలానుసారం ఉండే మైదానం అంటాము.

7. ఈ రకమైన పరిస్థితిలో, శత్రువు మనకు చాలా ఆకర్షణీయమైన ఎర వేసినా, ముందుకు వెళ్లకుండా వెనుదిరగడం మంచిది. తద్వారా శత్రువు ముందుకొచ్చేలా చేసి, సానుకూల పరిస్థితి ఉన్నప్పుడు మనం దాడి చేయచ్చు.

8. ఇరుకాటి దారులను ముందుగా మీరు ఆక్రమించుకోగలిగితే, వాటిని స్కంధావారంగా చేసుకుని, శత్రువు రాక కోసం ఎదురు చూడాలి.

9. ఒకవేళ శత్రుసైన్యం ముందుగానే అలాంటి మార్గాన్ని ఆక్రమించుకుని, వాళ్లే స్కంధావారం చేసి ఉంటే మాత్రం అటు వెళ్లద్దు. వాళ్లు బలహీనంగా ఉంటేనే వెళ్లాలి.

10. నిటారుగా ఉండే కొండ ప్రాంతాలకు మీరు ముందుగా చేరుకోగలిగితే మీరు ఎత్తయిన, సూర్యుడు వచ్చే ప్రాంతాలను ఆక్రమించుకుని శత్రువు పైకి వచ్చేలా వేచి చూడాలి.

11. శత్రువు మీకంటే ముందుగా దాన్ని ఆక్రమించుకుంటే, అతడి వెంట వెళ్లకండి, వెంటనే అక్కడినుంచి వెనుదిరిగి, అతడిని దూరంగా మభ్యపెట్టండి.

12. మీరు శత్రువు నుంచి చాలా దూరంగా ఉంటే, రెండు సైన్యాల బలం సమానంగా ఉంటే, యుద్ధానికి రెచ్చగొట్టడం అంత సులభం కాదు, అపుడు పోరాడితే మీకే నష్టం.

13. ఈ ఆరూ భూమికి సంబంధించిన సూత్రాలు. బాధ్యతాయుతమైన పదవిలో ఉన్న సైన్యాధ్యక్షుడు వీటిని అత్యంత జాగ్రత్తగా పరిశీలించాలి.

14. సైన్యం ఆరు రకాల విపత్తులను ఎదుర్కోవాల్సి ఉంటుంది. అవి ప్రకృతి

68

విపత్తులు కావు. సైన్యాధ్యక్షుడు చేసే పొరపాట్ల వల్ల సంభవించేవి. అవి ఇలా ఉంటాయి:

(1) పోరాటం;

(2) కిందివారి ధిక్కారం;

(3) కూలిపోవడం;

(4) ధ్వంసం కావడం;

(5) క్రమశిక్షణ రాహిత్యం

(6) పెద్ద ఓటమి.

15. మిగిలిన పరిస్థితులన్నీ దాదాపు సమానంగానే ఉంటాయి గానీ, తమకు పదిరెట్లు ఎక్కువగా ఉన్న దళంతో పోరాడాల్సి వస్తే, ఫలితం దారుణాతి దారుణంగా ఉంటుంది.

16. సాధారణ సైనికులు బాగా బలంగా ఉండి, వారి అధికారులు బాగా బలహీనం గా ఉంటే, అప్పుడు కిందివారు ధిక్కరిస్తారు. అధికారులు బాగా బలంగా ఉండి, సాధారణ సైనికులు బలహీనంగా ఉంటే అప్పుడు వ్యవస్థ కూలిపోతుంది.

17. ఉన్నతాధికారులు కోపంగా ఉండి, క్రమశిక్షణ రాహిత్యం ఉంటే, శత్రువును కలిసినప్పుడు ప్రధాన సైన్యాధిపతి తాను పోరాడే పరిస్థితిలో ఉన్నాడో లేడో చెప్పడానికి ముందే ఒక రకమైన ఆగ్రహంతోనే యుద్ధ ప్రకటన చేస్తే, అప్పుడు ఫలితం పెద్ద విధ్వంసమే.

18. సైన్యాధ్యక్షుడు బలహీనంగా ఉండి, అతడికి అధికారాలు లేకపోతే; అతడి ఆదేశాలు స్పష్టంగా లేకపోతే; కింది అధికారులు, సైనికులకు ఏం చేయాలన్న విషయం స్పష్టంగా చెప్పకపోతే; సైనికులు అస్తవ్యస్తంగా. అపరిశుభ్రంగా నిలబడితే అపుడు క్రమశిక్షణ రాహిత్యం ఉన్నట్లు లెక్క.

19. సైన్యాధ్యక్షుడు శత్రువు బలాన్ని అంచనా వేయలేకుండా తన వద్ద ఉన్న బలహీనమైన దళాన్ని బాగా పెద్ద దళంతో పోరాటానికి అనుమతిస్తే, లేదా బలహీనమైన బలగాన్ని బలమైన బలగంతో పోరాడాలని చెబితే, ఎంపిక చేసుకున్న సైనికులను ముందువరుసలో పెట్టడాన్ని నిర్లక్ష్యం చేస్తే, అప్పుడు పెద్ద ఓటమి ఎదురవుతుంది.

20. ఓటమి ఎదురుకావడానికి ఈ ఆరు రకాల మార్గాలుంటాయి. వీటిని బాధ్యత కలిగిన పదవి చేపట్టబోయే సైన్యాధ్యక్షుడు అత్యంత జాగ్రత్తగా గమనించుకోవాలి.

21. దేశ సహజ వనరులు సైనికుడికి అత్యుత్తమ స్నేహితులు; కానీ, విపత్కర పరిస్థితులను అంచనా వేయగల శక్తి, విజయం సాధించగల దళాలను నియంత్రించడం, కష్టాలు, ప్రమాదాలు, దూరాలను కచ్చితంగా లెక్కించడం లాంటి లక్షణాలు గొప్ప సైన్యాధ్యక్షుడికి పరీక్షలు.

22. ఈ విషయాలు తెలిసినవాళ్లు, యుద్ధంలో తనకు తెలిసిన విషయాలను అమలులోకి పెట్టేవారు యుద్ధాల్లో గెలుస్తారు. విషయాలన్నీ తెలిసినా, అమలుచేయనివాళ్లు తప్పక ఓడిపోతారు.

23. యుద్ధంలో విజయం తథ్యం అయినప్పుడు, పాలకుడు దాన్ని వదిలేసినా, మీరు తప్పక పోరాడాలి; ఒకవేళ యుద్ధంలో ఓటమి తథ్యం అయినప్పుడు పాలకుడు చెప్పినా మీరు దాన్ని తప్పక వదిలేయాలి.

24. పేరు కోసం పాకులాడకుండా ముందుకు వెళ్లే, చెడ్డపేరు వస్తుందనే భయం లేకుండా వెనక్కి వచ్చే సైన్యాధ్యక్షుడు, కేవలం తన దేశాన్ని సంరక్షించాలన్న ఆలోచన, సామ్రాజ్యానికి మంచి సేవ చేయాలన్న తలంపు ఉన్నవాడు రాజ్యానికి మకుటాయమానం లాంటివాడవుతాడు.

25. సైనికులను మీ పిల్లల్లా చూసుకోండి, వాళ్లు మీతోపాటు ఎంత లోతైన లోయల్లోకైనా వస్తారు; వాళ్లను మీ సొంత కొడుకుల్లా ప్రేమించండి, మరణం వరకు కూడా వాళ్లు మీకు తోడుగా నిలబడతారు.

26. మీరు దయాగుణంతోనే ఉన్నా, మీ అధికారాన్ని చూపించలేకపోతే; జాలితోనే ఉన్నా మీ ఆదేశాలను అమలు చేయలేకపోతే; అంత సామర్థ్యం లేకపోతే, అపుడు మీ సైనికులు పాడైపోయిన పిల్లల్లా తయారవుతారు; వాళ్లు ఎలాంటి యుద్ధాలకూ పనికిరారు.

27. మన సొంత సైన్యం దాడి చేయడానికి సిద్ధంగా ఉందని తెలిసినా, శత్రువు మాత్రం మనం దాడి చేయడానికి అనువుగా లేడని తెలియకపోతే, విజయం దిశగా మనం సగం దూరం మాత్రమే వెళ్లినట్లు.

28. మనం దాడి చేయడానికి శత్రువు అనువుగా ఉన్నాడని తెలిసినా, మన సొంత సైన్యం దాడి చేయడానికి సిద్ధంగా లేదని తెలియకపోయినా కూడా విజయం దిశగా మనం సగం దూరం వెళ్లినట్లే.

29. మనం దాడి చేయడానికి శత్రువు అనువుగా ఉన్నాడని తెలిసి, మన సొంత సైన్యం దాడి చేయడానికి సిద్ధంగా ఉందని తెలిసి, యుద్ధం చేయాల్సిన క్షేత్రం అనువుగా లేదని తెలియకపోయినా కూడా. విజయం దిశగా మనం సగం దూరం వెళ్లినట్లే.

30. అందువల్ల అనుభవం కలిగిన సైనికుడు ఒకసారి ముందుకు కదిలాడంటే ఎప్పటికీ దిక్కుతోచకుండా ఉండడు; ఒకసారి శిబిరం నుంచి బయటకు కదిలితే అతడు నష్టపోడు.

31. అందుకే ఇలా చెబుతారు: మీకు శత్రువు గురించి, మీ గురించి కూడా

తెలిస్తే, మీకు విజయం సొంతం కావడంలో అనుమానం లేదు; మీకు స్వర్గం గురించి, భూమి గురించి తెలిస్తే మీరు మీ విజయాన్ని సంపూర్ణం చేసుకున్నట్లే.

11

తొమ్మిది పరిస్థితులు

తొమ్మిది పరిస్థితులు

1. సన్ ట్జు ఇలా చెబుతారు: యుద్ధ కళ తొమ్మిది రకాల మైదానాలను గుర్తిస్తుంది:

   (1) చెదరగొట్టే మైదానం

   (2) సులభమైన మైదానం

   (3) వివాదాస్పద మైదానం

   (4) బహిరంగ మైదానం

   (5) ప్రధాన రహదారులు కలిసే మైదానం

   (6) క్లిష్టమైన/ప్రమాదకరమైన మైదానం

   (7) కష్టమైన మైదానం;

   (8) అంచున ఉన్న మైదానం;

   (9) అసాధ్యమైన మైదానం.

2. ప్రధాన సైన్యాధ్యక్షుడు తన సొంత ప్రాంతంలో పోరాడుతుంటే అది చెదరగొట్టే మైదానం.

3. సైన్యాధ్యక్షుడు ప్రతికూల మైదానంలోకి వెళ్లినా ఎక్కువ దూరం వెళ్లాల్సిన అవసరం లేకపోతే అది సులభమైన మైదానం.

4. ఇరువైపుల సైన్యాలకూ అనుకూలమైన పరిస్థితులే కల్పించే మైదానాన్ని వివాదాస్పద మైదానం అంటారు.

5. ఇరు సైన్యాలూ కదిలేందుకు స్వేచ్ఛ ఉండేది బహిరంగ మైదానం.

6. దగ్గర దగ్గరగా ఉండే మూడు రాజ్యాలను కలుపుతూ ఉండి, ముందుగా దాన్ని ఆక్రమించుకున్నవాళ్లకు ఎక్కువ సానుకూలత ఉండే మైదానమే ప్రధాన రహదారులు కలిసే మైదానం.

75

7. సైన్యం పరాయి దేశం నడిమధ్యకు దూసుకెళ్లి, దారిలో ఎదురైన సురక్షితంగా ఉన్న నగరాలన్నింటినీ వదిలేస్తే అది క్లిష్టమైన/ప్రమాదకరమైన మైదానం.

8. కొండలు, అడవులు, క్లిష్టంగా, నిటారుగా ఉండే ప్రాంతాలు, పొదలు. ఇవన్నీ ఉన్న దేశంలోకి ప్రయాణించడమే చాలా కష్టం. ఇది కష్టమైన మైదానం.

9. ఇరుకాటి దారులతో మాత్రమే వెళ్లగల మైదానం, అత్యంత క్లిష్టమైన దారుల్లో మాత్రమే విశ్రమించగల ప్రాంతం, మన అతిపెద్ద సైన్యాన్ని కూడా అత్యంత చిన్న సైన్యం సులభంగా అణచివేయగల మైదానాన్ని అంచున ఉన్న మైదానం అంటారు.

10. ఏమాత్రం ఆలస్యం చేయకుండా పోరాడితే మాత్రమే విధ్వంసం జరగకుండా కాపాడుకోగల మైదానాన్ని అసాధ్యమైన మైదానం అంటారు.

11. అందువల్ల చెదరగొట్టే మైదానంలో పోరాడవద్దు. సులభమైన మైదానంలో ఆగవద్దు. వివాదాస్పద మైదానంలో దాడి చేయద్దు.

12. బహిరంగ మైదానంలో శత్రువు దారిని మూసే ప్రయత్నం చేయొద్దు. ప్రధాన రహదారులు కలిసే మైదానంలో మీ మిత్రదేశాలతో చేతులు కలపండి.

13. క్లిష్టమైన/ప్రమాదకరమైన మైదానంలో ఎక్కువమంది గుమిగూడండి. కష్టమైన మైదానంలో నిరంతరం కవాతులోనే ఉండండి.

14. అంచున ఉన్న మైదానంలో వ్యూహాత్మకంగా వ్యవహరించండి. అసాధ్యమైన మైదానంలో పోరాడండి.

15. శత్రువు ముందు వెనుకలకు మధ్య చీలిక గుండా వెళ్లడం ఎలాగో

తెలిసినవాళ్లను, తన పెద్ద, చిన్న బృందాల మధ్య సహకారాన్ని నివారించేవాళ్లను, చెడ్డ బృందాలను రక్షించకుండా మంచి బృందాలను ఆపగలిగిన వాళ్లను, అధికారులు తమ సైన్యాన్ని ప్రదర్శించకుండా నిరోధించగలిగేవాళ్లను నిపుణులైన నాయకులని అంటారు.

16. శత్రుసైన్యాలు సమైక్యంగా ఉన్నప్పుడు వాటిని ఎలాగోలా విడగొట్టాలి.

17. పరిస్థితి సానుకూలంగా ఉన్నప్పుడు ముందడుగు వేసి, లేనప్పుడు అక్కడే ఆగుతారు.

18. దాడి చేయడానికి కవాతుగా వెళ్లే మార్గంలో శత్రువు ఆతిథ్యాన్ని స్వీకరించాలని చెబితే, అప్పుడు నేనేం చెప్పాలంటే: "నీ శత్రువుకు అత్యంత ప్రియమైన దాన్ని స్వాధీనం చేసుకోవడంతో ప్రారంభించండి. అప్పుడు అతడు నువ్వు చెప్పినట్లు నడుచుకుంటాడు."

19. వేగం అనేది యుద్ధం యొక్క సారాంశం: శత్రువు సిద్ధంగా లేనప్పుడు ఆ పరిస్థితిని సానుకూలంగా తీసుకోండి. వాళ్లు ఊహించని మార్గాల్లో వెళ్లండి, రక్షణలేని ప్రాంతాలపై దాడి చేయండి.

20. దాడిచేసే సైన్యం ఈ కింది సిద్ధాంతాలను అమలుచేయాలి: మీరు ఒక దేశంలోకి ఎంతలా చొచ్చుకెళ్తే, మీ సైన్యం ఐకమత్యం అంత ఎక్కువగా ఉంటుంది. అపుడు శత్రుసైన్యం మీకు వ్యతిరేకంగా నిలబడలేదు.

21. పంటలతో సుసంపన్నంగా ఉన్న రాజ్యంలోకి ప్రవేశిస్తే మీ సైన్యానికి తగిన ఆహారం దొరుకుతుంది.

22. మీ సైన్యం ఆరోగ్యాన్ని జాగ్రత్తగా పరిశీలించండి, వారిపై ఎక్కువ పనులు

వేయొద్దు. మీ శక్తి మీద దృష్టి సారించి బలాన్ని పెంచుకోండి. మీ సైన్యాన్ని నిరంతరం తరలిస్తుండండి, ఛేదించలేని ప్రణాళికలు రచించండి.

23. సైనికులను తప్పించుకోడానికి వీలుకాని స్థానాల్లో ఉంచండి, అప్పుడు వాళ్లు రణమో. మరణమో అని నిర్ణయించుకుంటారు. మరణాన్ని ఎదుర్కోవాల్సి వస్తే వాళ్లు సాధించడానికి ఏమీ ఉండదు. అధికారులు, సైనికులు ఒకలాంటివారే. వాళ్లు వీలైనంత ఎక్కువ బలాన్ని ప్రదర్శిస్తారు.

24. వెళ్లలేనంత అసాధ్యమైన ఇరుకాటి సందుల్లో ఉన్నప్పుడు సైనికులు భయం కోల్పోతారు. శరణు పొందే స్థలం లేకపోతే వాళ్లు గట్టిగా నిలబడతారు. వాళ్లు ప్రమాదకరమైన దేశంలో ఉంటే తమ బలం చూపిస్తారు. సాయం చేయడానికి ఎవరూ లేకపోతే గట్టిగా పోరాడుతారు.

25. అందువల్ల శిక్ష అనుభవించడానికి వేచిచూసే బదులు, సైనికులు నిరంతరం పోరాడుతుంటారు; అడిగించుకోకుండానే వాళ్లు మీరు చెప్పినట్లు చేస్తారు; ఎలాంటి నియంత్రణలు లేకుండా వాళ్లు విశ్వాసంతో ఉంటారు. ఆదేశాలు ఇవ్వకుండానే వాళ్లను మనం నమ్మచ్చు.

26. ఆశీర్వాదాలు తీసుకోవడాన్ని నిషేధించండి, మూఢనమ్మకాలను వదిలేయండి. అపుడు మరణం ముందుకు వచ్చేవరకు ఎలాంటి విపత్తు గురించి భయపడాల్సిన అవసరం లేదు.

27. మన సైనికులకు డబ్బు మరీ ఎక్కువ ఉండకపోతే, వాళ్లకు ఆస్తుల మీద మమకారం లేకపోవడం కాదు; వాళ్ల జీవితాలు మరీ ఎక్కువ కాలం కొనసాగకపోతే అది వాళ్లకు ఎక్కువ కాలం బతకాలన్న ఆశ లేకపోవడం వల్ల కాదు.

28. వాళ్లను యుద్ధానికి బయల్దేరాలని ఆదేశించినపుడు వాళ్లు ఏడవచ్చు, దానివల్ల వాళ్ల ఆభరణాలు తడిసిపోవచ్చు, కొందరు నేల మీద పడుకుని ఏడవడం వల్ల కన్నీళ్లు ధారగా కారచ్చు. కానీ ఒక్కసారి బయటకు వచ్చారంటే మాత్రం వాళ్లు చు లేదా కువై లాంటి ధైర్యం ప్రదర్శిస్తారు.

29. నిపుణుడైన వ్యూహసంపన్నుడిని షువాయ్-జన్ తో పోల్చవచ్చు. షువాయ్-జన్ అనేది ఒక పాము. అది చుంగ్ పర్వతాల్లో కనపడతుతుంది. దాని తలమీద కొడితే, తోకతో దాడిచేస్తుంది. తోకమీద కొడితే తలతో దాడిచేస్తుంది. దాని మధ్యలో కొడితే తల, తోక రెండింటితో దాడి చేస్తుంది.

30. ఏదైనా సైన్యం షువాయి-జన్ తరహాలో పోరాడగలదా అని అడిగితే, అవుననే చెబుతాను. వు సైనికులు, యువె సైనికులు శత్రువులు; అయినా వాళ్లు ఒకే పడవలో నదిని దాటుతూ, మధ్యలో తుఫాను వస్తే ఒకరికొకరు కుడిచేయి ఎడమచేతికి సాయం చేసినట్లుగా సాయం చేసుకుంటారు.

31. అందువల్ల గుర్రాలకు పగ్గం కట్టినా రథచక్రాలు భూమిలో పాతేసినంత మాత్రాన ఒకరిపై నమ్మకం పెట్టుకోలేము.

32. ఒక సైన్యాన్ని నిర్వహించాలంటే ప్రతి ఒక్కరూ తప్పక పాటించాల్సిన ప్రమాణాలను నిర్దేశించాలి.

33. బలవంతులు, బలహీనులు. ఇద్దరినీ బాగా ఎలా ఉపయోగించాలనే ప్రశ్నకి సమాధానం ఉపయోగించే సరైన మైదానం మీద ఆధారపడి ఉంటుంది.

34. ఒక్క వ్యక్తిని నడిపిస్తున్నట్లే నిపుణుడైన సైన్యాధ్యక్షుడు తన సైన్యం మొత్తాన్ని చేత్తో నడిపిస్తాడు.

35. నిశ్శబ్దంగా ఉండటం, తద్వారా రహస్యాలను కాపాడటం సైన్యాధ్యక్షుడి విధి; ఆ రకంగా అతడు క్రమశిక్షణ పాటించేలా చూస్తాడు.

36. తప్పుడు నివేదికలు, దృశ్యాలు చూసి చెదిరిపోకుండా తన అధికారులు, సైన్యాన్ని అతడు నిరోధించగలగాలి, తద్వారా వారిని పూర్తిగా తెలియకుండా ఉంచాలి.

37. తన ఏర్పాట్లు, ప్రణాళికలను ఎప్పటికప్పుడు మారుస్తుండటం ద్వారా అతడు శత్రువుకు ఏమీ తెలియకుండా చేస్తాడు. తన శిబిరాలను మారుస్తూ, సైన్యాన్ని చుట్టుతిప్పి తీసుకెళ్లడం ద్వారా శత్రువు తన ప్రయోజనాన్ని గుర్తించకుండా చేస్తాడు.

38. క్లిష్ట సమయాల్లో, ఒక సైన్యం యొక్క నాయకుడు ఎత్తైన ప్రదేశం వరకు వెళ్లిన తర్వాత నిచ్చెనను కిందకు తోసేసే వ్యక్తిలా వ్యవహరిస్తాడు. తన చేయి అందించడానికి ముందు సైనికులను అత్యంత క్లిష్టమైన పరిస్థితుల్లోకి నెట్టేస్తాడు.

39. తన పడవలను కాల్చేసి, వంటపాత్రలు పగలగొట్టేస్తాడు; పశువుల కాపరి తన పశువుల మందను తోలినట్లుగా, అతడు తన సైనికులను నడిపిస్తాడు, ఎవరికీ తాము ఎక్కడికి వెళ్తున్నామో తెలియదు.

40. తన అతిథి ఉన్నాడో లేడో చూడటం, దాన్ని ప్రమాదంలోకి తీసుకురావడం:- దీన్ని సైన్యాధ్యక్షుడి వ్యవహారంగా చెప్పచ్చు.

41. తొమ్మిది రకాల మైదానాలకు విభిన్న చర్యలు సరిపోతాయి; దూకుడుగా లేదా రక్షణాత్మకంగా ఉండే వ్యూహాల ఆవశ్యకత; మనుషుల తీరుకు సంబంధించిన ప్రాథమిక సూత్రాలు; వీటన్నింటినీ తప్పనిసరిగా పరిశీలించాలి.

తొమ్మిది పరిస్థితులు

42. ప్రతికూల ప్రాంతం మీద దాడి చేసినపుడు సాధారణ సిద్ధాంతం ప్రకారం,
బాగా లోపలకు చొచ్చుకుపోతే సంబంధం ఏర్పడుతుంది; చొచ్చుకుపోయినా.
కొద్దిదూరమే అయితే చెదిరిపోతుంది.

43. మీరు మీ దేశాన్ని వదిలిపెట్టి వచ్చి, సైన్యాన్ని పొరుగు దేశపు భూభాగం గుండా
తీసుకెళ్తుంటే మీరు క్లిష్టమైన మైదానంలో ఉన్నట్లు లెక్క. మీ నాలుగువైపులా
సమాచార సంబంధాలు ఉన్నాయంటే, ఆ మైదానం నాలుగు ప్రధాన
రహదారులు కలిసేదని అర్థం.

44. ఒక దేశంలోకి బాగా చొచ్చుకెళ్తే, అది ముఖ్యమైన మైదానం.
చొచ్చుకుపోయినా. కొద్దిదూరమే అయితే అది సులభమైన మైదానం.

45. శత్రువు యొక్క బలమైన ప్రాంతాలు మీ వెనక ఉండి, ముందు ఇరుకాటి
దారులుంటే, అది ప్రమాదకరమైన మైదానం. శరణు తీసుకోడానికి
ఎలాంటి ప్రదేశం లేకపోతే అది కష్టమైన మైదానం.

46. అందువల్ల, చెదరగొట్టే మైదానం మీద నా సైన్యానికి ఐక్యమత్యంగా
ఉండేలా స్ఫూర్తినిస్తాను. క్లిష్టమైన మైదానంలో సైన్యంలోని అన్ని విభాగాల
మధ్య సన్నిహిత సంబంధం ఉండేలా చూస్తాను.

47. వివాదాస్పద మైదానంలో నా వెనక ఉన్నవారిని తొందరపెడతాను.

48. బహిరంగ మైదానంలో నా రక్షణ శ్రేణుల మీద ఓ కన్నేసి ఉంచుతాను.
ప్రధాన రహదారులు కలిసే మైదానంలో నేను నా మిత్ర దేశాలను
సమకూర్చుకుంటాను.

49. క్లిష్టమైన మైదానంలో నిరంతర సరఫరాలు ఉండేలా చూసేందుకు నేను

ప్రయత్నిస్తాను. కష్టమైన మైదానంలో నేను బలగాన్ని ఎప్పుడూ కదులుతూనే ఉండేలా చేస్తాను.

50. అంచున ఉన్న మైదానంలో తిరిగి వెళ్లే మార్గాన్ని మూసేస్తాను. అసాధ్యమైన మైదనాంలో నా సైనికులు వాళ్ల జీవితాలను కాపాడుకునే ఆశ లేదని ప్రకటిస్తాను.

51. సైనికుడిని ఎవరైనా చుట్టుముట్టినపుడు వీలైనంత వరకు వారిని ఎదుర్కోవాలి, తనను తాను కాపాడుకోలేకపోయినా గట్టిగా పోరాడాలి, ప్రమాదంలోకి పడిపోయినపుడు ఆదేశాలు కచ్చితంగా పాటించాలి.

52. పొరుగుదేశ యువరాజుల ఆలోచనలు ఏంటనేవి తెలియకుండా వారితో మైత్రి చేసుకోకూడదు. ఒక దేశ భూభాగం గురించి. అంటే అక్కడి కొండలు, అడవులు, లోయలు, పొదలు, ఏటవాలు ప్రదేశాలు. వీటన్నింటి గురించి బాగా తెలియకపోతే మనం కవాతు చేసే సైన్యానికి నాయకత్వం వహించడానికి సరిపోము. స్థానిక మార్గదర్శకులను సరిగా ఉపయోగించుకోకపోతే సహజ సానుకూలతలను మనకు అనుకూలంగా మార్చుకోలేం.

53. ఈ కింది నాలుగైదు సిద్ధాంతాలలో ఏ ఒక్కదాన్ని పట్టించుకోకపోయినా యుద్ధానికి వెళ్లగల యువరాజుగా ఉండటానికి పనికిరారు.

54. యుద్ధానికి వెళ్లే యువరాజు బలమైన రాజ్యంపై దాడిచేసినపుడు, శత్రువుల బలగాలు ఒకచోట గుమిగూడకుండా అతడి సైన్యాధ్యక్షులే నిరోధిస్తారు. అతడు తన శత్రువులను లొంగదీసుకుంటాడు, తనకు వ్యతిరేకంగా తన మిత్రులు చేతులు కలపకుండా చూసుకుంటాడు.

55. అందువల్ల, అతడు అందరితోనూ చేతులు కలిపి చిల్లరగా ఉండలేడు, లేదా

ఇతర రాజ్యాల అధికారాన్ని ప్రోత్సహించలేడు. అతడు తన సొంత రహస్య వ్యూహాలు రూపొందించుకుని, తన వ్యతిరేకులను భయపెడుతుంటాడు. ఆ విధంగా వాళ్ల నగరాలను స్వాధీనం చేసుకుని, వాళ్ల రాజ్యాలను కూలదోస్తాడు.

56. పాలనతో సంబంధం లేకుండా బహుమతులు ప్రకటించండి, పాత ఏర్పాట్లతో సంబంధం లేకుండా ఆదేశాలివ్వండి; ఒక్క వ్యక్తిని నియంత్రించిన విధంగానే మొత్తం సైన్యాన్ని కూడా మీరు నియంత్రించగలరు.

57. మీ సైనికులకు కేవలం పని మాత్రమే అప్పగించండి; అంతే తప్ప మీ వ్యూహాలేంటో వారికి తెలియనివ్వద్దు. బయటకు అంతా తేజోమయంగా కనిపిస్తే, దాన్ని వాళ్ల కళ్ల ముందుకు తీసుకురండి; కానీ పరిస్థితి విషమంగా ఉంటే వాళ్లకు ఏమీ చెప్పద్దు.

58. మీ సైన్యాన్ని అత్యంత కష్టంలో ఉంచండి, వాళ్లు బతికేస్తారు; అత్యంత క్లిష్టమైన పరిస్థితుల్లోకి నెట్టండి, సురక్షితంగా బయటకొస్తారు.

59. ఒక బలమైన శక్తి పొరపాటున హానికరమైన మార్గంలోకి పడిపోయినా, దానికి విజయం కోసం గట్టిగా కొట్టగల సామర్థ్యం ఉంటుంది.

60. శత్రువు అవసరాల నుంచి మనం జాగ్రత్తగా లాభపడటంలోనే రణరంగంలో విజయం సాధ్యమవుతుంది.

61. శత్రువు డొక్కలను నిరంతరం అంటిపెట్టుకుని ఉండటం ద్వారా, వాళ్ల ప్రధాన సైన్యాధికారిని చంపి దీర్ఘకాలంలో మనం విజయం సాధించగలం.

62. కపటోపాయం ద్వారా ఒక విజయాన్ని సాధించే సామర్థ్యం అని దీన్ని అంటారు.

63. మీరు అధికారాన్ని చేపట్టిన రోజున సరిహద్దు మార్గాలను మూసేయండి, అధికారిక లెక్కలను ధ్వంసం చేయండి, రాయబారులందరి రాకపోకలను వెంటనే ఆపేయండి.

64. మంత్రిమండలిలో కఠినంగా ఉండండి, దానివల్ల మీరు పరిస్థితిని నియంత్రించగలరు.

65. శత్రువు ఒక తలుపు తెరిచి ఉంచితే మీరు వెంటనే లోపలకు వెళ్లిపోవాలి.

66. శత్రువుకు బాగా ప్రియమైన దాన్ని స్వాధీనం చేసుకోవడం ద్వారా అతడిని ముందే నిరోధించండి, అతడు మైదానంలోకి వచ్చేలోగా తగిన కుట్ర చేయండి.

67. రాజు నిర్ణయించిన మార్గంలో నడవండి, నిర్ణయాత్మక యుద్ధం చేయగలిగే వరకు మీరు శత్రువును అంటిపెట్టుకుని ఉండండి.

68. శత్రువు మీకు ఒక మార్గం తెరిచేవరకు ముందుగా పనివాళ్లలా వినయం ప్రదర్శించండి; ఆ తర్వాత పరుగెత్తే కుందేలులా వేగాన్ని అందిపుచ్చుకోండి, అపుడు శత్రువుకు మిమ్మల్ని నిరోధించడానికి సమయం ఏమాత్రం ఉండదు.

12

మంటలతో దాడి

1. సన్ ట్జు ఇలా చెబుతారు: అగ్గితో దాడి చేయడానికి ఐదు మార్గాలున్నాయి. మొదటిది సైనికులను వారి శిబిరంలోనే దహనం చేయడం; రెండోది గోదాముల దహనం; మూడోది సామగ్రి వాహనాలను దహనం చేయడం; నాలుగోది ఆయుధాగారాన్ని, పత్రికలను దహనం చేయడం; ఐదోది శత్రువుల మధ్యలో భారీ మంటలను జారవిడవడం.

2. దాడి చేయాలంటే మనకు తప్పనిసరిగా తగిన సామగ్రి ఉండాలి. మంటలు మండించడానికి కావాల్సిన సామగ్రిని ఎప్పుడూ సిద్ధంగా ఉంచుకోవాలి.

3. మంటలతో దాడులు చేయడానికి ఎప్పుడూ తగిన వాతావరణం ఉంటుంది, ముఖ్యంగా కార్చిచ్చు రేపడానికి కూడా.

4. వాతావరణం బాగా పొడిగా ఉండాలి, ప్రత్యేక రోజులు అంటే చంద్రుడు జల్లెడ, గోడ, రెక్కలు లేదా ధనుస్సులలాంటి నక్షత్రరాశులలో ఉండటం; ఈ నాలుగు కాలాల్లోను గాలి బాగా వీస్తుంది.

5. మంటలతో దాడి చేసేటపుడు, ఐదు రకాల పరిణామాలకు మనం సిద్ధంగా ఉండాలి:

6. (1) శత్రుశిబిరంలో మంటలు చెలరేగినపుడు, ఏమాత్రం అవకాశం ఇవ్వకుండా ఒక్కసారిగా దాడి చేయండి.

7. (2) మంటలు చెలరేగినా శత్రుసైనికులు నిశ్శబ్దంగా ఉన్నారంటే మీరు ఆ సమయంలో దాడి చేయకూడదు.

8. (3) మంటలు బాగా ఎత్తుగా వ్యాపించినపుడు, సాధ్యమైతే ఆ వెంటనే దాడి చేయండి; సాధ్యం కాకపోతే మీరెక్కడున్నారో అక్కడే ఉండిపోండి.

9. (4) మంటలతో దాడి చేయడం సాధ్యమైతే, లోపలనుంచే విరుచుకుపడేందుకు ఆగకండి, మీకు సానుకూలంగా ఉన్నవైపు నుంచి దాడి ప్రారంభించండి.

10. (5) మీరు మంటలు మొదలుపెట్టినపుడు, గాలివాటం చూసుకోండి. ఎదురుగాలి ఉన్నప్పుడు మంటలతో దాడి చేయద్దు.

11. పగటిపూట వచ్చేగాలి ఎక్కువసేపు ఉంటుంది. కానీ రాత్రి గాలి త్వరగా ఆగిపోతుంది.

12. ప్రతి సైన్యానికీ మంటలకు సంబంధించిన ఐదు పరిణామాలు తెలిసి ఉండాలి, నక్షత్రాల కదలికలను లెక్కించుకోవాలి, సరైన రోజుల కోసం వేచి ఉండాలి.

13. కాబట్టి, మంటలను దాడికి సాధనంగా ఉపయోగించేవాళ్లు తమ తెలివిని ప్రదర్శిస్తారు; నీళ్లను దాడికి సాధనంగా ఉపయోగించేవాళ్లు బలం పొందుతారు.

14. నీళ్ల సాయంతో శత్రువును అడ్డుకోవచ్చు గానీ అతడి ఆస్తులన్నీ దోచుకోవడం సాధ్యం కాదు.

15. సాహసాన్ని ప్రోది చేసుకోకుండా యుద్ధాల్లోను, దాడుల్లోను విజయం సాధించడానికి ప్రయత్నించేవాళ్ల తలరాత దురదృష్టకరంగానే ఉంటుంది; కాలం వృథా కావడంతో పాటు ఫలితమూ సానుకూలంగా ఉండదు.

16. అందుకే ఇలా చెబుతారు: తెలివైన పాలకుడు తన ప్రణాళికలను బాగా ముందుగా రచిస్తాడు; మంచి సైన్యాధ్యక్షుడు తన వనరులను సిద్ధం చేసుకుంటాడు.

17. సానుకూలత చూడనిదే ముందుకు కదలద్దు; ఏదో ఒక ప్రయోజనం సిద్ధించనిదే మీ బలగాలను వాడద్దు; పరిస్థితి విషమంగా ఉంటేతప్ప పోరాడద్దు.

18. కేవలం తన కడుపు నింపుకోడానికి ఏ పాలకుడూ దళాలను రణరంగంలోకి పంపకూడదు; ఏ సైన్యాధ్యక్షుడూ కోపంతో యుద్ధం చేయకూడదు.

19. పరిస్థితి మీకు సానుకూలంగా ఉంటే, ముందడుగు వేయండి; లేకపోతే ఎక్కడున్నారో అక్కడే ఉండండి.

20. ఒక్కోసారి కోపం కూడా సంతోషంగా మారవచ్చు; అసహ్యం కూడా కొంత కాలానికి సంతృప్తికి దారి తీయవచ్చు.

21. కానీ ఒకసారి ధ్వంసమైన సామ్రాజ్యం మాత్రం ఎప్పటికీ కోలుకోలేదు; చనిపోయిన వారు మళ్లీ ఎప్పటికీ బతికిరాలేరు.

22. అందువల్ల తెలివైన పాలకుడు జాగ్రత్తగా ఉంటాడు, మంచి సైన్యాధ్యక్షుడు ఎప్పుడూ అప్రమత్తంగా ఉంటాడు. దేశాన్ని శాంతియుతంగాను, సైన్యాన్ని పటిష్ఠంగాను ఉంచే మార్గమిదే.

13

గూఢచర్యం

గూఢచర్యం

1. సన్ ట్జు ఇలా చెబుతారు: లక్ష మంది సైనికులను నియమించి, వారిని ఎక్కువ దూరాల పాటు కవాతు చేయించడం వల్ల ప్రజలకు భారీ నష్టాలు, రాష్ట్ర ఖజానా వట్టిపోవడం తప్పదు. రోజువారీ ఖర్చు వెయ్యి ఔన్సుల వెండికి సమానం అవుతుంది. దేశ విదేశాల్లో కలహాలు మొదలవుతాయి, దారిలో సైనికులు అలసి సొలసిపోతారు. దాదాపు ఏడు లక్షల కుటుంబాలు తమ ఆదాయం కోల్పోతాయి.

2. పరస్పర వ్యతిరేక సైన్యాలు ఒకరినొకరు కొన్నేళ్ల పాటు ఎదుర్కోవచ్చు, ఇద్దరూ విజయం కోసం కష్టపడినా, చివరకు ఒక రోజులో అది తేలిపోతుంది. శత్రువు పరిస్థితి తెలుసుకోకుండా కేవలం బిరుదులు, వెండి కోసం యుద్ధం చేయడం కిరాతకత్వానికి నిదర్శనం.

3. ఇలా చేసేవాళ్లు అసలు నాయకులు కారు, అతడి సార్వభౌమత్వానికి ఎవరూ సాయపడరు, విజయానికి దోహదం చేయరు.

4. తెలివైన పాలకుడు, మంచి సైన్యాధ్యక్షుడు దాడిచేసి విజయం సాధించాలంటే, సామాన్యులకు సాధ్యం కాని విషయాలు చేయగలగాలంటే, ముందుచూపు ఉండాలి.

5. ఈ ముందుచూపును ఆత్మల నుంచి సేకరించలేము; అనుభవం ద్వారా కూడా దాన్ని సాధించలేము, లేదా ఏవైనా తీసివేతల ద్వారానూ పొందలేము.

6. శత్రువు బలహీనతలకు సంబంధించిన విషయాలు వేరే మనుషుల నుంచి మాత్రమే సేకరించగలం.

7. అందుకే గూఢచారులను ఉపయోగించాలి. వాళ్లు ప్రధానంగా ఐదు రకాలు:
    (1) స్థానిక గూఢచారులు;

(2) అంతర్గత గూఢచారులు;

(3) మారిన గూఢచారులు;

(4) ఉద్యోగరీత్యా గూఢచారులు;

(5) మిగిలిన గూఢచారులు;

8. ఈ ఐదు రకాల గూఢచారులూ పనిలో ఉన్నప్పుడు రహస్య వ్యవస్థ గురించి ఎవరికీ తెలియదు. దీన్నే "దారాలను తెలివిగా మోసం చేయడం" అంటారు. ఇది పాలకుడికి అత్యంత కీలకమైన విభాగం.

9. స్థానిక గూఢచారులు ఉండటం అంటే ఒక జిల్లాలో ఎప్పటినుంచో ఉండేవారి సేవలను పొందడం.

10. అంతర్గత గూఢచారులు అంటే శత్రువుల యొక్క అధికారులను ఉపయోగించుకోవడం.

11. మారిన గూఢచారులు అంటే, శత్రువుల గూఢచారులను పట్టుకుని, వాళ్లను మన సొంత అవసరాలకు వాడుకోవడం.

12. ఉద్యోగరీత్యా గూఢచారులంటే. అవతలివారిని మోసం చేయడం కోసం ప్రత్యేకంగా కొన్ని రకాల పనులు బహిరంగంగా చేయడం, మన గూఢచారులకు వాటి గురించి తెలిసేలా చేసి వాటినే శత్రువులకు తెలియజేయడం.

13. మిగిలిన గూఢచారులు అంటే. శత్రుశిబిరం నుంచి సమాచారాన్ని వెనక్కి తీసుకొచ్చేవారు.

14. సైన్యంలో ఉండేవారందరిలోకీ గూఢచారులతోనే అత్యంత సన్నిహిత సంబంధాలు కలిగి ఉండాలి. వీరికంటే వేరెవ్వరికీ ఉదారంగా బహుమానాలు

ఇవ్వకూడదు. ఇందులో తప్ప మరే వ్యవహారంలోనూ రహస్యాన్ని కాపాడాల్సిన అవసరం లేదు.

15. చూడగానే తెలుసుకోగల సూక్ష్మబుద్ధి ఉంటే తప్ప గూఢచారులుగా మనకు ఉపయోగపడరు.

16. ఉపకారబుద్ధి, ముక్కుసూటితనం లేకపోతే వారిని సరిగా నిర్వహించలేము.

17. కపటత్వంతో కూడిన బుద్ధి కుశలత లేకుండా తమ నివేదికలలో వాస్తవాన్ని ఎవరూ నిర్ధారించలేరు.

18. కపటత్వం! కపటత్వంతో ఉండండి! అన్ని రకాల వ్యవహారాలకూ మీ గూడచారులను ఉపయోగించండి.

19. సమయం ఆసన్నం కావడానికి ముందే రహస్య సమాచారాన్ని ఒక గూఢచారి తీసుకొచ్చాడంటే, వెంటనే అతడితోపాటు అతడు రహస్యం చెప్పిన మనిషిని కూడా చంపేయాలి.

20. ఒక సైన్యాన్ని అణిచేయాలని గానీ, ఒక నగరాన్ని చుట్టుముట్టాలని గానీ, ఒక వ్యక్తిని చంపాలని గానీ అనుకుంటే వాళ్ల అనుచరులు, శిబిరంలో చుట్టూ ఉండేవాళ్లు, ద్వార పాలకులు, సైన్యాధ్యక్షుడి అంగరక్షకులు ఎవరో ముందుగా తెలుసుకోవాలి. ఈ విషయాలు తెలుసుకోడానికి మన గూఢచారులను వినియోగించాలి.

21. మన మీద గూఢచర్యం చేయడానికి వచ్చిన శత్రువుల గూఢచారులెవరో తెలుసుకుని, వాళ్లకు లంచాలిచ్చి, వాళ్లు సుఖంగా ఉండేలా చూసుకోవాలి. అప్పుడు వాళ్లు మనవైపు తిరిగి, మనకు గూఢచారులుగా పనికొస్తారు.

22. ఇలా మారిన గూఢచారులు తెచ్చిన సమాచారం ఆధారంగానే మనం స్థానిక గూఢచారులను, అంతర్గత వేగులను నియమించుకోగలం.

23. అతడి సమాచారం ఆధారంగా, మళ్లీ మనం శత్రువును ఉత్తుత్తినే భయపెట్టేలా గూఢచారితో పనులు చేయించచ్చు.

24. మారిన గూఢచారి మిగిలిన గూఢచారులను ఉపయోగించుకోవచ్చు.

25. ఈ ఐదు సందర్భాల్లోనూ గూఢచర్యం లక్ష్యం, ముగింపు శత్రువు గురించిన సమాచారమే; ఈ రకం సమాచారాన్ని ముందుగా మనం మారిన గూఢచారి నుంచే రాబట్టగలం. అందువల్ల ఇలా మారిన గూఢచారులకు అత్యంత స్వేచ్ఛనివ్వాలి.

26. పాతకాలంలో యిన్ రాజవంశం నిలబడిందంటే అందుకు కారణం ఐ చిహ్. అతడు సియా కింద పనిచేశాడు. అలాగే, చౌ వంశం నిలబడిందంటే అందుకు కారణం లు యా. అతడు యిన్ కింద పనిచేశాడు.

27. సమర్థుడైన పాలకుడు, తెలివైన సైన్యాధ్యక్షుడు సైన్యంలో అత్యున్నత వ్యవస్థను గూఢచర్యానికి వాడుకుని, అద్భుతమైన ఫలితాలు సాధిస్తారు. నీళ్లలో కూడా గూఢచారులే చాలా కీలకం, వాళ్ల మీదే సైన్యం కదలికలు ఆధారపడి ఉంటాయి.